Zawadi ya Ushindi

Simulizi Sisimka

Zawadi ya Ushindi

Maarufu kama 'Zawadi ya Majeruhi'

Ben R. Mtobwa

Nairobi • Kampala • Dar es Salaam • Kigali

Kimetolewa na
East African Educational Publishers Ltd.
Elgeyo Marakwet Close, off Elgeyo Marakwet Road,
Kilimani, Nairobi
S. L. P 45314, Nairobi – 00100, KENYA
Simu: +254 20 2324760
Rununu: +254 722 205661 / 722 207216 / 733 677716 / 734 652012
Barua pepe: eaep@eastafricanpublishers.com
Tovuti: www.eastafricanpublishers.com

Shirika la East African Educational Publishers lina uwakilisho katika nchi za Uganda,
Tanzania, Rwanda, Malawi, Zambia, Botswana na Sudan Kusini.

Kilichapishwa mara ya kwanza na Heko Publishers, 1994

Toleo hili na EAEP 2018

Kimechapishwa tena 2019

ISBN 978-9966-56-156-5

Sura ya Kwanza

❂ ❬ ❖ · ❀ ❂ ❂

SHANGWE na vigelegele ambavyo viliutoka umati huu mkubwa vilipaa hewani na kujaza anga lote. Sauti za kila aina zilitamkwa kwa kila rangi kiasi kwamba zilitoa kelele, si kelele za shangwe tena bali mngurumo ambao uliitetemesha ardhi. Naam, ilikuwa siku ya furaha, siku ambayo haitasahaulika, siku ambayo wazee waliusahau uzee wao na kujitoma uwanjani kifua mbele, wakikoroma mikoromo ambayo ilizaa ngurumo ya furaha; siku ambayo vijana waliikumbuka afya yao na kuihadharisha uwanjani kwa kurukaruka huko na huko huku midomo yao ikiimba nyimbo za ushindi, siku ambayo hata watoto waliukana utoto wao na kujikuta katikati ya wazazi wao wakipiga vigelegele na kucheka.

Naam, siku ya siku! Nani ambaye asingefurahi, siku ambayo mashujaa walikuwa wakirejea toka katika ile safari yao ndefu ya kumwangamiza nduli, fashisti, dikteta Iddi Amini ambaye alikuwa ameivamia nchi na kuyahatarisha maisha ya mamia ya wananchi wasio na hatia?

Magoma yaliendelea kupigwa ingawa mlio wake ulitawaliwa na vifijo na vigelegele hata usisikike kabisa. Wachezaji waliendelea kucheza na kuimba ingawa macho ya wachezaji yalikuwa juu, kila mmoja akiwatazama wanajeshi ambao walikuwa wakiteremka kutoka katika magari yaliyokuwa yakiendelea kuwasili. Wanajeshi hao walipowasili walijiunga na wenzao katika magoma na vigelegele.

Kila mara mtu mmoja au wawili walionekana wakiiacha ngoma ghafla na kumkimbilia kila mwanajeshi ambaye kutoka garini. Walimkumbatia na kuviringishana kwa furaha huku machozi ya faraja yakiwaponyoka na kuteleza mashavuni. Pengine alitokea mzee akajikongoja kumkimbilia mtu, alipomfikia alisita ghafla na kuduwaa huku moyoni akinong'ona "siye".

Hali hiyo iliendelea kwa muda mrefu, lakini hatimaye ngoma zikatelekezwa na nyimbo kusahauliwa, kila mmoja akawa ama kamkumbatia huyu au kaduwaa akimtazama yule.

Waliolia kwa furaha walilia, waliocheka kwa faraja walicheka. Baadhi walitulia wakitetemeka kwa hofu, mioyo yao ikiwa na imani yenye shaka: *Atafika kweli? Atarudi salama? Mungu atajua...*

* * *

Huyu aliteremka polepole, mzigo wake ukining'inia mgongoni. Kama wengine wote alikuwa amevaa mavazi rasmi ya kijeshi, mavazi ambayo yalimfanya aonekane si kama kichaka kinachotisha tu, bali kadhalika kama chui anayeranda baada ya kuliangamiza windo lake. Alikuwa akitabasamu. Au tuseme alifahamu mwenyewe kuwa anatabasamu kwani haikuwa rahisi kwa mtu baki kufahamu. Hakuwa mgeni katika mji huu wa Dodoma. Ingawa si mzaliwa wa hapa, miaka minne aliyoishi hapa, kama haikufaulu kumweka katika orodha ya wenyeji, basi ilimfuta katika ile ya wageni. Hivyo, hakuwa na shaka ya kupokewa na watu aliowafahamu. Akatazama huko na huko kwa shauku. Naam, haukupita muda kabla hajamwona mtu anayemfahamu. Mzee Filipo Matayo, mfanyakazi mwenzake, alikuwa akimjia. Akajiandaa kumpokea kwa kuongeza ukubwa wa lile tabasamu lake huku akipanua mikono amkumbatie. Lakini, ah! Mzee alimpita bila dalili yoyote ya kumfahamu.

Alijaribu kumwita lakini sauti haikufua dafu miongoni mwa kelele nyingi zilizokuwepo. 'Pengine hakuniona!' Aliwaza.

Sasa alitokea Luoga, jirani yake, kijana, ambaye kila jioni walizoea kuketi mbele ya nyumba yake wakicheza karata au kuzungumza tu. Huyu alikuwa akimjia huku kamkazia macho. Hakuwa na shaka kuwa anamwona. Walipokutana Luoga aligutuka kidogo alipoona akikumbatiwa. Akaduwaa katika hali ya mshangao kwa kukumbatiwa na mtu ambaye hakumfahamu hata kidogo.

"Samahani. Nadhani sijawahi kukuona," alitamka baada ya kujikwanyua kutoka katika mikono hiyo yenye nguvu.

"Hunifahamu?" mwenzake alihoji kwa mshangao.

"Hukumbuki? Humkumbuki mwenzio Sikamona?"

Luoga hakuyaamini masikio yake. "Umesema nani? Sika! Ndio wewe Sika!" Alifoka badala ya kuuliza. Akamkazia macho kwa mara nyingine. Macho yake yalilakiwa na yote yale ambayo kwanza yalimtisha na kumshangaza. Sasa yalimhuzunisha na kumsikitisha. Kwa muda akajisahau akiwa kamkodolea macho kama anayedhani yanamdanganya na kuota ndoto za mchana.

"Ah!" Ikamtoka baada ya kimya hicho kirefu "Mungu ni mkuu!" Kisha, kama anayetoroka kitisho ama anayeepuka kutokwa na machozi hadharani, aligeuka na kuondoka taratibu huku kajiinamia.

Kitendo cha Luoga kilitonesha au kukumbusha jeraha ambalo Sikamona alikuwa ameanza kulisahau. Hapana, si kulisahau bali kujaribu kufanya hivyo, jeraha ambalo limekaa katikati ya roho na kuuvisha moyo wake msiba usiovulika wala kufarijika; msiba wa kupotelewa na kilicho chako na kuvishwa usichokitamani, kisichotamanika.

Yale mawazo ambayo yalikuwa yamemjia awali, mawazo ambayo angeweza kuyatekeleza kama si askari mwenzake kumwahi muda mfupi kabla ya kuyakamilisha ya kujiua, yakamrudia tena. Naam, ajiue. Angewezaje kuwakabili ndugu zake akiwa katika hali hii? Zaidi ya ndugu zake, Rusia! Angejitokeza mbele yake? Hapana asingekubali kushawishika tena. Lazima atekeleze. Lazima ajiue. Lazima... Akafoka kimoyomoyo huku akianza kuondoka kasi.

Alipenya kati ya umati huo mkubwa bila ya kujali chochote. Hakushughulika kujitambulisha kwa waliomjua. Hakujali alipomwona mtu au watu ambao aliwajua. Hakujali alipomwona mtu au watu ambao waliduwaa wakimtazama kwa mshangao. Wala hakutaabika kuwatazama wale ambao walikumbatiana na jamaa zao wakisherehekea kuonana tena. Alikuwa na yake. Alifanya haraka kwenda asikokujua, akafanye kile ambacho alikijua fika kuwa kingemtenga na macho ya walimwengu milele, na hivyo kumnyima hiyo fursa ya kuchekwa na kusikitikiwa kwa wakati mmoja.

Sasa alikuwa mbali kabisa na umati. Akasita kwa muda akijiuliza aende upande upi ambako angepata faragha tosha ya kulikamilisha lengo lake. Wapi? Makore? Tambuka Reli? Chamwino? Hapana. Vichochoro vya *One Way* vinatosha. Silaha? Akafurahi alipokumbuka kuwa bado alikuwa na silaha zake zote. Akaondoka na kuanza kuelekea *One Way* huku ameridhika kabisa.

"Sika."

Akagutuka. Kisha alijisahihisha mara moja. Si yeye anayeitwa. Nani awezaye kumfahamu katika hali yake hii mpya aliyonayo? Hakudhani. Akaendelea na safari yake akiwa katika mwendo ule ule.

"Sika."

Ilikuwa sauti ya kike. Yaelekea aliyemwita alikuwa akimkimbilia. Hata hivyo, hakujishughulisha kugeuka.

"Sika!"

Sasa hakuwa na shaka kuwa ni yeye anayeitwa, kwani mwitaji alikuwa amemfikia na kumshika mkono. Ndipo alipogeuka na kumtazama.

"Rusia," akafoka kwa mshangao, bila ya kufahamu anachokifanya. Kiumbe wa mwisho kati ya wote ambao angependa kuonana nao akiwa katika hali hii! Kiumbe ambaye alikuwa hasa ndiye kiini cha safari hii ili ajitenge naye milele! Kiumbe ambaye kabla hajaondoka kuelekea huko vitani alimmong'oneza, "Utarudi salama... Utanikuta salama ili nikukabidhi zawadi yako,.. Ya ushindi..." Kiumbe ambaye... Kiumbe...

Hakujua awaze nini. Badala yake alijikuta ameusahau msiba wake na kubaki kimya akimtazama Rusia ambaye pia alisita, akitweta kwa mbio alizopiga kumfuata. Uso wake wa maji ya kunde uliokuwa umezingirwa na nywele nyingi, ulimfanya aonekane kama malkia machoni mwa Sikamona.

"Sika, kwa nini ulikuwa ukinitoroka? Hujui kama siku zote hizi sikuwa na kheri wala afya kwa ajili yako? Sika..." Akasita na kumwangukia kifuani. Sikamona akampokea na kumkumbatia kwa nguvu.

Kimya kilichofuata kilikuwa cha faraja. Yote yalikuwa yamesahaulika. Rusia alikuwa amefarijika kwa kumtia Sika wake mikononi baada ya miezi kadhaa ya hofu na mashaka ya kutomwona tena. Sikamona alikuwa ameusahau msiba wake na badala yake kujikuta, kama zamani, yumo katika kifua cha mchumba wake mpenzi. Wakajisahau kama alivyoyasahau macho ya wapita njia.

Kisha Sikamona akajikumbuka. Akaikumbuka sura yake mpya. Akawaza harakaharaka na kuona kuwa mapenzi yake na Rusia sasa ni ndoto tu, ndoto ambayo kamwe isingetukia kuwa kweli. Ni hapo ambapo alimsukuma Rusia kando polepole na kuanza kuondoka zake.

"Sika! Kwa nini unanifanya hivi? Ni kosa lipi nililokukosea?" Rusia alihoji kwa uchungu ambao ulichanganyika na mshangao.

"Hapana, Rusia. Yaliyopita yamepita. Mapenzi yetu yalikuwa ni ndoto tu, ndoto ambayo as'lani haiwezi kuwa kweli. Sasa yamekwisha. Sikufai..." alifoka kwa juhudi ambayo hakujua ilikotoka.

"Yaani... Sijakuelewa Sika!" alimjibu kwa sauti yenye machozi. "Labda huamini kuwa sikuwa na furaha hata siku moja tangu ulipoondoka hadi leo baada ya kukusubiri kwa hamu kubwa, nikisononeka mchana na usiku kucha na kulia kama mtoto mdogo. Una nini Sika, jamani?"

Sauti yake ilikuwa na huzuni. Ikamtia Sikamona huruma. Akamgeukia tena Rusia na kumwambia polepole, "Nadhani hujaniona vizuri mpenzi. Ebu nitazame."

Rusia akageuka kumtazama.

Ndiyo kwanza akaushuhudia uharibifu uliokuwa umetendeka katika sura ya Sikamona. Kitu ambacho alikuwa akikitazama hakikustahili kuitwa uso wa binadamu bali kinyago cha Mmakonde ambaye hakuwa hodari wa kazi yake au alikusudia kuwashangaza watu. Pua lilikuwa limebomoka na kulalia upande, mdomo mmoja ulikuwa umekatika na kushonwashonwa na wa pili uliambatanishwa kwa shida sana na mashavu yake, jambo ambalo lilifanya daima mate yawe yakitiririka hadi juu ya kovu hilo jeusi. Jicho moja halikuwepo. Nafasi yake ilimezwa na kovu zito, jeusi, ambalo lilionekana kama lililonona sana.

Hayo yalikuwa machache kati ya mengi ya kutisha na kusikitisha yaliyokuwemo katika uso huo. Kwa muda yalimfanya Rusia aduwae akimtazama Sikamona. Kisha ghafla akaangua kicheko.

Sura ya Pili

KUCHEKWA! Kisha na mtu kama Rusia! ni jambo ambalo kamwe halikuigusa akili ya Sikamona.

Kwa kweli, tangu siku ile ambayo alitahamaki na kujikuta kavaa sura hii mpya alifahamu wazi kuwa amekwishakuwa kichekesho miongoni mwa watu. Hata hivyo, kicheko hicho alifahamu kuwa kingekuwa cha kusikitisha. Kila ambaye angemcheka kicheko chake kingekuwa cha uchungu. Wala asingemlaumu yeyote ambaye angemcheka kwani hata mwenyewe alijicheka kwa uchungu siku ile ambayo alijitazama katika kioo kwa mara ya kwanza.

Lakini kilikuwa kicheko cha uchungu. Na kila amchekae alicheka kwa uchungu. Si kama kicheko na hili tabasamu la Rusia, tabasamu ambalo halina hata chembe ya huzuni kwa kipigo ambacho kimeutokea uso wake. Kwa kweli, kadiri alivyoyafahamu mapenzi yake na Rusia, alitegemea kumwona akilia kwa nguvu. Na aliamini kuwa kilio hicho kingekuwa sherehe ya mwisho kwa mapenzi yao, kwani baada ya kulia angemwepuka daima na kumkwepa kila wakutanapo. Na iwapo ingemtokea kumfumania mahala lazima Rusia angetoa visingizio kadhaa vya kutoroka; kumbe sababu si nyingine zaidi ya kumwogopa, kumdharau na kutomwamini tena. Sika, kwa kuifahamu fika sura yake ilivyo sasa, alikuwa ameamua kitambo kuwa asingemlaumu Rusia kwa uamuzi huo.

Ni hayo ambayo yalimshawishi kujiua. Hakutaka kuyaona machozi ya Rusia yakimiminika hadharani kwa ajili yake.

Wala hakuwa tayari kushuhudia mwisho wa mapenzi yao ukitokea katika hali kama hiyo. Wala usingekuwa mwisho wa mapenzi yao tu, bali pamoja na ule mwisho wa kumpata mpenzi mwingine yeyote duniani.

Kumbe alikosea. Alikosea kwa yote aliyofikiri. Badala ya mwisho wenye majonzi ambao aliutegemea, umetokea kuwa mwisho wa vicheko na tabasamu, vicheko vya dharau na tabasamu la kashfa. Tabasamu ambalo licha ya kudhihirisha kuwa sura yake haifai kabisa, ni ushahidi tosha kuwa asingependeka milele. Kama Rusia, kiumbe ambaye alidhani wanapendana, anamcheka watafanyaje wale wasiomjua? Wale ambao hawakuwahi kuitamani sura yake ilipokuwa timilifu?

Mawazo hayo yalimwongezea mori ya kujiua upesi zaidi, ajifiche, asipambane tena na nyuso zenye huruma, nafiki na tabasamu zenye uchungu. Hakuwa tayari kuendelea kuishi. Lazima afe. "Lazima... Lazima," alinong'ona kwa uchungu huku akianza kuondoka. Lakini baada ya kupiga hatua mbili tatu kizunguzungu kilimshika, akapepesuka na kuanguka chini. Alijikongoja kuinuka lakini akaanguka tena. Rusia alimuwahi na kumshika mkono, kumwongoza katika kivuli cha mti. Lakini Sikamona hakuihisi mikono hiyo. Wala fikira zake hazikupokea sauti wala ujumbe ambao Rusia alijaribu kumwambia. Badala yake hisia hizo zilikuwa zimehama ghafla na kusafiri maili nyingi nyuma ya wakati, kama ndoto, zikimfanya aone upya yote ambayo yalikuwa yamemsibu, yote yale ambayo yalimfanya aambulie kuvaa sura kama hii na kuishia kuchekwa na mtu wa mwisho katika wote aliowategemea kumcheka.

Sura ya Tatu

❶ ❲ ❖ · ❖ ❶ ❶

SIKU hiyo alikuwa ameamka mkakamavu mno. Alihisi afya na kujisikia uchangamfu mwili mzima. Alijisikia akicheka kimoyomoyo. *Furaha iliyoje kuwa hai hali ujana u kamili katika roho na nafsi yako?* Aliwaza akichupa kutoka kitandani na kuvaa mavazi yake harakaharaka. Kisha, alikumbuka kuwa ilimpasa aoge, kwani jana yake hakuwa amefanya hivyo kwa ajili ya uhaba wa maji. Akavua nguo zake na kujifunga taulo kiunoni. Akavuta ndala toka uvunguni na kuzipachika miguuni. Huyoo, akaelekea bafuni. Huko alikutana na mengine. Maji yalikuwa yamekatika tena. "Haya ndiyo matatizo ya mkoa huu," aliteta moyoni akirejea chumbani ambako alivaa tena nguo zake. Akasugua meno na uso kwa maji ya chupa, kisha akaondoka zake kuelekea kazini.

Vinginevyo ilikuwa asubuhi njema vilevile, asubuhi ambayo ililandana vilivyo na hali yake, asubuhi yenye hali ya hewa nyepesi, yenye ule ubaridi unaofariji na kuburudisha.

Kwa mwendo wake wa hatua ndefu aliuacha mtaa wake wa Iringa na kujikuta katikati ya mji wa Dodoma, mji ambao unakusudiwa baadaye uwe Makao Makuu ya Chama na Serikali.

Tahamaki akajikuta tayari amewasili kazini pake CDA, Alipita mlangoni na kuiendea ofisi yake huku akipiga mluzi, akiimba wimbo wa mwanamuzik mmoja maarufu duniani.

"Makini kabisa," alizijibu salamu za wafanyakazi wenzake.

"Vipi! Mbona unaonekana mchangamfu sana leo?"

Mmoja wao alimtania. "Au ndiyo umepiga maji alfajiri?"

Alimjibu huku akicheka, "Tangu lini nikanywa pombe? Ni kawaida yangu kufurahi. Na kwa nini ninune? Nina wasiwasi gani mie? Niko huru, katika nchi huru."

"Wacha, bwana. Mbona jana tu hukutaka kuzungumza na mtu?" Mfanyakazi huyo aliendelea kutania. "Kama hukulewa basi umeshinda bahati nasibu, zawadi ya kwanza."

Wakacheka kwa nguvu.

Kisha wakazama kazini.

Saa za kazi zilipokatika Sikamona hakuupoteza muda wake. Alifanya haraka kurejea nyumbani kwa mwendo ule ule alioujia. Jua lilikuwa kali na joto jingi. Siku zote joto hili lilimwudhi na kumfanya achukie kuishi hapa.

Asingesahau wakati alipotoka kwao Iringa na kuhamia hapa. Siku ile ya kwanza tu, alilakiwa na joto kali ajabu. Alipokimbilia bafuni ili aoge alikuta bomba kavu likikoroma kana kwamba linamdhihaki. Usumbufu huo alidhani ungemtia kichaa. Lakini haikutokea kuwa hivyo. Badala yake alijikuta akizoea na kujifunza ustahimilivu.

Lakini leo joto hilo hakuliona hata chembe. Kwake hali ilikuwa ya kawaida, hali ambayo haikuwa na maudhi wala ukatili wowote. Amani, furaha, afya na starehe iliyojaa katika moyo wake vilikuwa vimelimeza kabisa tishio lolote la joto na vumbi ambalo lilikuwa likipeperuka huko na huko.

Kisha, aliishuku furaha yake. Ni kweli kisa cha furaha yote hii ni ujana, uhai na afya peke yake? Haiwezekani. Alijikanusha. Angekuwa mnafiki mkubwa kudai hivyo, kwani alifahamu fika kuwa asili hasa ya furaha hii ilikuwa ile shauku ya mkutano wake na Rusia jioni hiyo, mkutano ambao waliuandaa siku iliyopita ukiwa na ajenda moja tu, *kupanga siku ambayo wangefunga ndoa.*

Ni hilo ambalo lilizaa furaha rohoni mwake na kufichua

afya katika nafsi yake kwani hilo ndilo lililokuwa njaa yake ya kila siku, njaa isiyoshibika. Kila usiku hakupata usingizi unaomstahili kwa ajili ya kutokuwa na Rusia. Na mchana aliona hauna thamani kwake bila ya Rusia kuwa mbele yake. Sasa maadamu siku ya njaa hiyo kudidimia milele ilikuwa imewadia, angekosaje kusahau joto na kudharau jua? Angeshindwaje kuikumbuka afya yake na kuuona ujana wake?

Jioni baada ya kula na kuyaoga yale maji aliyokuwa ameyaliifadhi kwa ajili ya dharura alijikuta mitaani, mguu na njia, akielekea Makore kumchukua Rusia Alijilazimisha kadri ya uwezo wake, kupunguza mwendo ingawa hakufaulu. Mara kwa mara alijifumania kakaza mwendo kupita kiasi hali saa ilimwambia muda walioahidiana bado ulikuwa mbali.

Njiani alikuta vikundivikundi vya watu wakizungumza kwa sauti ambazo hazikuwa za kawaida. Akahisi lipo jambo lililotokea. Hakuwa na muda wa kujiingiza katika magenge na kuanza maongezi. Aliendelea na safari yake, hatua moja baada ya nyingine.

Mbele yake kulikuwa na watoto wawili. Walikuwa wakienda huku wakizungumza jambo ambalo ingawa hakulielewa, alilisikia kikamilifu.

"Wacha bwana!"

"Kweli kabisa. Atapigwa hadi aone haya"

"Unamtania Idd Amini! Afrika nzima hatuna shujaa kama yeye."

"Nakwambia atapigwa!" Ilikuwa sauti isiyo na shaka. "Ngoja uone. Jeshi letu rafiki yangu ni la pekee. Hivi hujasikia ile methali isemayo, debe tupu haliachi kuvuma? Ana bahati mbaya sana Amini!

"Siamini."

"Utaamini tu."

Sikamona aliwapita na kwenda zake. Maongezi juu ya Idd Amini yalikuwa yamemchosha siku nyingi! Kwa kadri alivyofahamu, Amini alitawala maongezi si hapa tu bali duniani kote. Vyombo vya habari daima havikukosa cha kuandika juu yake.

Alipoitazama tena saa yake, ilimshauri kuongeza mwendo. Akafanya hivyo. Haukupita muda mrefu kabla ya kuwasili mbele ya nyumba yao Rusia. Ule ujasiri aliokuwa nao moyoni ukaanza kudidimia. Siku zote hali hii ilimtokea kila alipokabiliwa na jukumu la kugonga mlango wa nyumba hii, mlango wa akina Rusia. Alianza kujishauri kimoyomoyo. Hata hivyo, baada ya dakika mbili za kujishauri, jitihada llishinda hofu yake, akagonga. Bahati ilikuwa upande wake. Aliyefungua mlango hakuwa mwingine zaidi ya Rusia.

Alihisi uso wa Rusia hauna ile hali ambayo huwa nayo siku zote.

Kwa nini? akajiuliza.

Alikaribishwa ndani ambako aliongozwa hadi chumbani kwa mchumba wake.

"Habari za hapa," alihoji baada ya kuketi kitandani.

"Kidogo nzuri." Sauti ya Rusia kadhalika ilikuwa na upungufu fulani katika masikio yake.

"Una hakika ni nzuri?" alihoji tena ili kufukuza ukimya ambao ulianza kutanda.

"Bila shaka, wewe waonaje kwani?" Rusia aliuliza akijiketisha kando yake. Sauti yake ilibishana na maneno yale.

"Sioni kama una hali ya kawaida."

Kimya kikawateka tena.

Ni katika kimya hiki Sikamona alipoigundua ile siri ambayo sikuzote alikuwa akijiuliza bila mafanikio, siri ya mapenzi yake kwa Rusia; yaani sababu hasa iliyomfanya ampende na kuamua awe mwandani wake milele. Hakupata kuifahamu hadi leo baada ya kumwona Rusia akiwa amenuna kinyume cha kawaida yake.

Kumbe hakuna kilichomvutia zaidi ya ule uchangamfu na tabasamu zake ambazo hazikukoma kububujika kila wakutanapo, kila siku, isipokuwa leo.

Sio kweli kudai kuwa Rusia hakuwa mzuri. Alikuwa mzuri, mzuri zaidi ya wazuri wengi. Alijaliwa uso mpana ambao ulibeba pua nyoofu, mashavu wastani yaliyonona, macho mwangavu yanayocheka daima. Umbo lake kadhalika halikuitupa sura. Lilikuwa lile lenye urefu wa kadiri na unene wa kadiri kama inavyomstahili kabisa mwanamke. Mavazi yake hali kadhalika, yalikuwa kiungo ambacho kilitumika kuukamilisha ubora wake. Hakuvaa kihuni. Wala hakutegemea kuvaa nguo fupi na kujipamba kwa bidhaa zitokazo viwandani ili kuongeza uzuri.

Siku moja aliwahi kumwambia Sikamona juu ya hilo, "Tabia hiyo ni aina moja ya utekaji nyara. Unamlazimisha mtu akuhusudu bila hiari." Haikuwa uongo. Nguo zake zilikuwa za heshima, nywele zake asilia, ngozi yake ya kuzaliwa. Lakini alimvutia kuliko wengi ambao walitumia maelfu ya pesa kujitengeneza. Machoni mwa Sikamona alivutia kuliko wote.

Hata hivyo, si hayo tu yaliyomfanya Sikamona ajikute hana heri bila kumwona kwani mwenye sura na tabia nyoofu kama hiyo hakuwa peke yake. Walikuwa wengi. Wengi tosha. Sikamona aliwastahi wote na kuwahusudu, lakini hakuwapenda wala kuwaza chochote juu yao zaidi ya ile hadhi ya kawaida, isipokuwa Rusia.

Mapenzi yao na hatimaye, uchumba ni vitu ambavyo vilitokea kama mujiza.

* * *

llikuwa asubuhi moja yenye kila hali ambayo Sikamona haipendi. Mawingu yalikuwa yametanda angani bila dalili yoyote nyingine ya mvua kunyesha. Mingurumo hafifu ilisikika mara Kusini, mara Kaskazini na kuzidi kuyachafua mandhari. Sikamona alikuwa njiani kuelekea Ofisi ya Waziri Mkuu kwa shughuli za kikazi. Alipoingia ofisi aliyohitaji, alipokelewa na karani ambaye alimlaki kwa namna ambayo hakuwahi kulakiwa huko nyuma.

Ukarimu, heshima, na zaidi ya yote tabasamu laini vilichangia katika kumkaribisha. Ni tabasamu ambalo lilimkoga Sikamona vilivyo. Lilikuwa tabasamu ambalo lilimfanya ajisikie mwenyeji ghafla kiasi cha kujiona kama yuko nyumbani kwake.

"Naitwa Sikamona," alijitambulisha pasi ya kutegemea.

"Ndiyo, ndiyo," akajibiwa. "Nami jina langu Rusia, Rusia Rashidi."

Kwa muda Sikamona akajisahau na kujikuta ameketi akimwuliza Rusia habari ambazo hazikuhusiana kabisa na shughuli za kikazi zilizomleta. Baada ya muda alihoji lile swali ambalo lilimtatiza tangu alipokaribishwa.

"Hivi uliwahi kuniona huko mbeleni?"

"Hapana, kwa nini?"

"Kwa jinsi ulivyonikaribisha. Nilidhani wanifahamu."

Tabasamu la Rusia likageuka kicheko.

"Hata mimi nilidhani wewe unanifahamu. Niliona uso wako ukiwa na dalili zote za kujuana." Wakacheka. Kisha, Sikamona akaongeza harakaharaka, "Najua tulikowahi kuonana."

"Wapi?"

"Ndotoni."

Wakacheka tena.

Yalifuata maongezi marefu, wakiongea hili na lile hadi mgeni, ambaye alikuwa akizungumza na bosi wake Rusia, alipotoka na Sikamona akaruhusiwa kuingia.

Aliingia shingo upande. Alipotoka aliaga kwa huzuni na kusindikizwa kwa tabasamu ambalo lilijijenga rohoni mwake, jengo imara ambalo lilimtia kiu ya kuendelea kuonana na Rusia na njaa ya kuliona tena tabasamu lake.

Bila shida maalum, siku ya pili, Sikamona alijikuta amcwasili tena katika ofisi hiyo. Ni siku hiyo ambapo alifanikiwa kumtaka wakutane jioni nje ya ofisi hiyo.

Walikutana.

Wakaendelea kukutana.

Tabasamu la Rusia liliufanya kila mkutano ufane na kushawishi mwingine. Wakajikuta tayari wamefahamiana tosha.

Rusia alimfahamu Sikamona kuwa alikuwa mwana wa mkulima mmoja wa kahawa huko mkoani lringa. Na kwamba alikuja hapa Dodoma miaka miwili iliyopita baada ya kuhamishwa kutoka Songea alikokuwa akifanya kazi tangu alipomaliza kidato cha nne.

Naye Sikamona alifurahi kufahamu kuwa Rusia, mtoto pekee wa mzee Rashidi, alikuwa mzaliwa na mkulima wa papo hapo Dodoma ingawa asili yao ilikuwa Tabora. Baba yake alikuwa amestaafu kazi ya ualimu baada ya kuifanya maisha yake yote. Sasa walikuwa wakiishi kwa kutegemea mashine yao ya kusaga nafaka pamoja na kimshahara cha kima cha chini cha Rusia. Mama yake alikuwa amefariki miaka kadhaa iliyopita. Rusia aliishi na mama wa kambo.

Naam, walijuana tosha. Wakazidi kupendana.

Katika moja ya mikutano hii Sikamona alimfichulia

mwenzake siri ya roho yake. Kwamba hana hali wala afya kwa ajili yake.

"Sasa?" Rusia aliuliza.

"Nakutaka uchumba. Nataka nikuoe," alimjibu.

Tamko hilo lilimfanya Rusia aangue kicheko. Alicheka kwa muda mrefu. Kisha, akamfahamisha kuwa tangu siku ile walipoonana ofisini kwa mara ya kwanza alikuwa amefahamu kuwa Sikamona alikuwa amezaliwa kwa ajili yake, na hivyo asijisumbue kusema mengi.

Tabasamu la Rusia likaendelea kuurutubisha uchumba wao kama maji katika bustani; tabasamu ambalo lilimfanya Sikamona ajisikie mwenye afya na furaha kila alionapo. Si furaha tu, bali pamoja na kuwa na hakika ya uhai na kuyapenda maisha, kwani alijisikia kama mfalme tajiri mbele ya malkia mzuri kila alipo mbele ya msichana huyo.

* * *

Naam, siku zote isipokuwa leo tu ambapo Rusia alipoteza kabisa tabasamu na kuusahau ule uchangamfu wake, hali ambayo; ilimfanya Sikamona akose furaha na kuishuku afya yake.

"Unasema habari ni nzuri?" alihoji tena. "Mbona waonekana kama mwenye msiba?"

Rusia alijaribu kutabasamu, tabasamu ambalo halikuwa kamili. "Kwani kuna mwenye furaha leo hii?"

Akauliza, "Kwani kuna nini?" badala ya kumjibu.

"Naona huna habari," Rusia alimwambia.

"Habari ipi?"

"Ya kuvamiwa."

"Kuvamiwa!"

"Na Idd Amini. Hujasikia kuwa ameteka sehemu ya nchi

yetu na kuangamiza mamia ya watu wasio na hatia?"

"Hee? Wacha!" alifoka kwa mshangao. "Ametuchokoza. Ameanzisha vita..."

Sura ya Nne

HAKUPENDA kusikia zaidi. Hakuwa tayari. Vita kwake lilikuwa jambo la mwisho, jambo lenye kila aina ya mikosi, dhiki na maafa. Ni fursa pekee ambayo, licha ya kusababisha uharibifu wa maisha ya watu wengi, wasio na hatia, hurejesha nyuma maendeleo ya jamii.

Hakuvipenda vita. Kwa jumla alivichukia. Hivyo, alimchukia kila nitu ambaye huanzisha au kuwa kiini cha vita.

Ni kweli kuwa viko vita ambavyo huanzishwa na jamii kwa manufaa ya jamii, vita ambavyo hupigana jamii nzima kutokomeza tawala dhalimu zinazoikandamiza. Haja ya vita hivi ni kuinua maisha ya wananchi ili waweze kufaidi matunda ya uraia wao. Vita vya Mau-mau wa Kenya, mapinduzi ya Zanzibar, Kyuba, China na Urusi ni mifano dhahiri. Kwake vilikuwa vita vitakatifu; vita ambavyo ingawa pia hakuvipenda, vilikuwa lazima vipiganwe ili jamii hizo ziweze kuwa hapo zilipo. Vita hivyo aliviheshimu kwa kuwa vilitengeneza njia kwa vizazi vya baadaye. Hivyo, waliovianzisha na kuviongoza walikuwa na nafasi ya pekee katika moyo wake. Kila alipoyafikiria majina yao, neno shujaa lililitangulia kila jina.

Lakini si vita kama vile vya Adolf Hitler, vita vya mtu mwenye njaa ya kupanua mipaka yake na kutapakaza jina lake; mtu mwenye kiu ya kumwaga damu, vita ambavyo vilisababisha majonzi makuu na kuyapotosha maendeleo ya dunia nzima.

Mtu kama huyo kwake alikuwa zaidi ya katili, mtu ambaye

jina lake aliliona karibu zaidi na shetani, kwani ni mtu ambaye hufurahishwa na mateso ayapatayo mtu mwingine, hucheka aonapo mtu akifa, hutabasamu aonapo mama akilia kwa uchungu wa kuwa mjane na kushangilia pale ambapo umati wa watu huanguka na kufa mbele ya risasi zake. Utu wa mtu kama huyu aliutilia mashaka.

Mtu kama Idd Amini! Kiongozi ambaye amejipa uongozi mwenyewe baada ya kuunyakua kutoka katika serikali halali iliyochaguliwa na wananchi kwa manufaa yao. Ni mtu ambaye alikuwa na sifa zote za ukatili na unyama. Vitendo vyake vya kinyama vilikuwa vingi kiasi cha kuwafanya watu washindwe kuamini kama ni vitendo vya ukweli au hadithi za kubuni.

Baadhi ya vitendo hivyo ni kile cha kumuua kila ambaye alimshuku kuwa ni mpinzani wa uongozi wake. Ukatili haukutokana na kuua tu bali pia mbinu alizozitumia katika mauaji. Aliua kwa namna ya kusikitisha sana, namna ambayo mtu yeyote asingefurahi kuona mwenzake akitendewa, yeyote, isipokuwa Amini pekee pamoja na wale 'wateule' wake wachache wenye roho ngumu kama yake.

Baadhi ya watu ambao dunia iliwafahamu, waliofanyiwa unyama huo na Amini ni marehemu Godfrey Kiggala ambaye alikuwa Waziri wa Mambo ya Nje. Huyu alipigwa risasi na kung'olewa macho na *ngozi* yake kuchunwa. Alipopelekwa hospitali ilikuwa vigumu kumtambua.

Mwingine alikuwa Jemedari wake Brigedia Charles Arube. Huyu aliteswa na kuhangaishwa kupita kiasi. Yasemekana kuwa Amini hakuridhika na mateso hayo. Hivyo, aliifuata maiti hospitalini ambako aliwafukuza madaktari na kujifungia peke yake na maiti hiyo chumbani kwa dakika kadhaa. Alichomfanyia maiti ni siri yake.

Pamoja na hao ni maelfu ya watu wengi; wote walipoteza

maisha yao kwa namna ya kusikitisha ama kwa amri yake au kwa mkono wake; wengi mno, maaskofu, waumini, wasiojiweza, miongoni mwa wahanga wengi wengineo. Sifa hizo si kwa mauaji tu. Ilikuwa pamoja na yale madai yake ya ajabuajabu. Mara atadai ataka kukomboa Afrika Kusini, mara atatuma jeshi lake kuwatoa Waisrael katika sehemu ya Waarabu inayokaliwa kwa mabavu, mara Uingereza ina haki kuiuzia Afrika Kusini silaha na kadhalika. Mara mbili aliwahi kuutangazia ulimwengu akidai kuwa ameongea na Mungu na ameambiwa hivi na vile. Sifa hizi ni pamoja na ile inayosemekana kwamba alijitapa sana kwa kula nyama pamoja na kunyonya damu ya watu.

Sikamona hakujua amweke katika kundi lipi mtu kama huyu. Kumwita katili ni upendeleo mkubwa kwake, kichaa labda ni kumwonea, nduli ni kumsifu kupita kiasi na dikteta ni kumvimbisha kichwa. Hakujua amwite nani. Kwa kweli hakujua.

Baada ya kuwafanyia unyama usiokadirika wananchi wa Uganda sasa alikuwa amevuka mpaka na kuja Tanzania kupanua milki yake! Kuiweka sehemu ya nchi yetu chini ya kwato zake! Chini ya jinamizi!

"Tusi lililoje hili!" "Sika aliropoka bila kufahamu.

Sauti yake ikamzindua yeye mwenyewe. Akaibuka kutoka katika dimbwi la mawazo. Ndiyo kwanza akagundua kuwa alikuwa kando ya mpenzi wake, chumbani. Akamtupia jicho ambalo lilikuwa na dhamira ambayo yeye binafsi hakuifahamu. Kisha, aliinuka na kuondoka.

Usiku akiwa amelala chali kitandani, redio yake kaifungua kwa sauti kubwa kuliko alivyozoea. Hapo ndipo alipoyasikia kwa uhakika zaidi, kwamba jeshi la Iddi Amini likiongozwa na vifaru limeingia nchini, kupitia Kagera na kuteka eneo la

Tanzania, sehemu ile ambayo tangu aliponyakua madaraka alikuwa akidai kuwa ni eneo lake. Si kuteka tu, bali ilikuwa pamoja na kuwaua kinyama mamia ya wananchi wasio na hatia. Alikuwa amewashika wananchi, wake kwa waume, watoto kwa wazee na kuwalaza chini, kisha akawasaga kwa vifaru, pamoja na kubomoa majumba na madaraja, kuiba ng'ombe na kila walichokitamani. Wakati huo bendera yake ilikuwa ikipepea katika tarafa hiyo, akidai ameikomboa kutoka kwa Ujamaa!

Sikamona alijigaragaza kitandani kwa uchungu uliochanganyika na hasira. "Aibu iliyoje... Ukatili ulioje..." Alifoka kwa sauti ndogo. "Na serikali yetu inafanya nini?" alijiuliza. "Mtu aamue kutuvamia nchi ya amani na haki kama hii, tumtazame tu? Huyu anastahili kufunzwa adabu... Serikali yetu inafanya nini?"

Kisha ilifuata ile hotuba ya Amiri Jeshi Mkuu na Rais wa Serikali ya Jamhuri ya Muungano wa Tanzania, Mwalimu Julius Kambarage Nyerere. Ilikuwa hotuba kali yenye hasira ingawa mwalimu alizungumza kwa sauti ambayo haikufaulu kuacha huzuni na uchungu, hasa kwa kule kufahamu maafa ambayo yangefuatia.

"...tumevamiwa. Mwendawazimu katuvamia... Katutangazia vita... Na sasa tutampiga... (uwezo wa kumpiga tunao. Nia ya kumpiga tunayo. Sababu ya kumpiga tunayo. Hivyo, tutampiga... Wananchi tulieni, msibabaike... Sikilizeni muone vijana wetu watafanya nini..."

Moyo wa Sikamona ulifarijiwa na hotuba hii. Afya na ujana ukamrejea, huku akihisi tabasamu katika roho yake. "Huo ndio utu, vinginevyo lisingekuwa taifa, kuacha ukatili ukineemeka katika ardhi yatu! Ingekuwa sawa na muumini aendaye msikitini bila kutawadha," aliwaza. Polepole usingizi ulimvamia, baadaye, ile ndoto yake ya siku zote, kwamba yu pamoja na Rusia, wakizungumza na kucheka, ilimjia tena. Alipogeuka na kujaribu kumkumbatia, kama kawaida, ndoto hiyo ilitoweka na kufuatwa na kupaa kwa usingizi. Akabakia macho, akimuwaza Rusia.

Mara akakumbuka kuwa alikuwa amesahau angalau kumdokezea ile haja iliyompeleka kwao. Haja ya kupanga siku kamili ya harusi yao.

Sura ya Tano

●━━●━━━●━━━●━●━●

UMESEMA haja yako ni kujitolea kwenda vitani kumwadhibu 'Nduli' aliyeivamia nchi yetu?" Kamanda huyu wa Jeshi la Wananchi, aliyevaa magwanda yenye tepe tatu begani, alimhoji tena huku amemkazia jicho ambalo Sikamona alihisi likiupenya mwili na roho yake hata kuiona roho na fikra zake.

"Ndiyo, afande."

"Una hakika uamuzi huo ni wako mwenyewe? Au umeshawishiwa na mtu au kitu fulani?"

"Hapana mzee," alimjibu. "Nimeamua mwenyewe."

"Unaweza kuniambia kwa nini umeamua hivyo?" Kamanda hakuchoka kuuliza.

Angeweza kutaja sababu nyingi zilizompelekea kuamua hivyo, nyingi mno. Kwamba nchi ilikuwa imeonewa, nchi imedharauliwa, nchi imetukanwa, nchi iko katika hatari ya kuangamia kwa ukatili wa katili mmoja. Hivyo, nchi ilihitaji kurudisha hadhi yake, kujikomboa na kumwadhibu katili huyu. Yeye kama mwananchi, yeye kama kijana ambaye taifa lilimtegemea, angewezaje kuzibia masikio wito wa taifa? Angewezaje kujistarehesha katika baa na majumba yote ya starehe hali afya na ujana wake unahitajika na taifa kwa manufaa ya taifa?

Naam, ni hayo ambayo angeweza kumwambia Kamanda huyo. Lakini licha ya ukosefu wa muda, hakuwa mwepesi wa kuongea mawazo yake. Hivyo alitamka kwa sauti nyembamba.

"Nimeamua kwa kuwa ninafahamu ni wajibu wangu kufanya hivyo."

Kamanda alitabasamu, kisha akamwandika jina lake katika ile orodha ya mamia ambao walikuwa wamekwisha jiandikisha. "Taifa linawahitaji watu kama wewe. Na lina haki ya kujivunia watu wenye moyo kama wako," alisema akimuaga.

Sikamona aliondoka katika ofisi hiyo ya CCM hali amefurahi na kuridhika kabisa. Akaelekea nyumbani kwake kufungafunga virago vyake pamoja na kuagana na rafiki zake.

"Hongera kwa uamuzi wako," Luoga alimwambia huku wakiwa wameshikana mikono walipokuwa wakitoka nje ya ofisi hiyo. Alikuwa amemwomba amsindikize. "Hata mimi ningeenda i wapo mama yangu angekuwa na mtoto wa pili. Lakini niko peke yangu, naye ni mjane."

"Sio lazima twende sote. Kuna mengi ya kufanya huku nyuma. Sisi tutakuwa mstari wambele. Tutategemea sana juhudi zenu," alimjibu ingawa kiasi alimfikiria kama mwoga. Vipi kama kila mmoja angetoa rai hii au ile? Nani ambaye angeikomboa nchi kutokana na nduli mwenye kiu ya damu?

"Mungu akujalie baba..." walimtakia heri majirani mara ilipofahamika kuwa yeye ni mmoja wa vijana waliokuwa wakijiandaa kufanya msafara huo.

"Nenda na urudi salama."

Na "...Utarudi tu mwanangu" zilimfanya Sikamona kiasi aingiwe na hofu.

"Mbona wote wanasema hali wana huzuni? Wanadhani nitakufa?" alijiuliza.

Vipi kama angekufa! Swali hilo lilimtia hofu kidogo. Hata

hivyo, aliishinda hofu hiyo kwa kujiuliza wangapi wamekwisha kufa kwa ajili ya taifa! Wako wapi akina *Mkwawa, Mirambo, Kinjeketile na askari wao*? Wako wapi mashujaa wengi ambao majina yao hata hayakubahatika kuingia katika kurasa za historia? Kwanza hawakufa, alijiambia. Hawakufa kamwe. Majina na hadhi yao inadumu na itaendelea kudumu milele kwa ajili ya kujitoa kwao mhanga. Naye akifa, jina lake litabaki katika orodha ya mashujaa. Ni bora mara elfu kufa vitani kuliko kukutwa na kifo kitandani au kilabuni.

Mawazo hayo yalimrudishia ujasiri na kumfanya aamue kupigana. Hakuwa na shaka na uamuzi wake huo.

Sasa ulibaki wajibu mmoja tu, kuagana na Rusia. Asingekwenda bila ya kuonana naye. Kwani moja kati ya sababu ambazo zilimfanya aamue kwenda vitani, ambazo hakumtajia yule Kamanda alikuwa Rusia.

Tangu siku ile ambayo alimwendea kwa haja ya kupanga harusi yao lakini badala yake akaondoka na habari za kuvamiwa, alikuwa amemwendea zaidi ya mara tatu na kurejea bila mafanikio. Siku ya kwanza alimkuta Rusia akiosha vyombo. Akapewa kiti na kukaa kando yake. Kabla hajazungumza chochote, Rusia alianza maongezi ya vita kwa sauti ya huzuni. "Ndugu zetu wanakufa bure. Sijui wana hali gani watoto wachanga, wajawazito, wazee, vilema na wote wasiojiweza..."

Sauti yake yenye huruma na majonzi ikamfanya Sikamona ajihisi mwenye hatia kuongelea harusi. Hivyo aliondoka pasi ya kusema lolote. Safari ya pili walikutana njiani. Kama kawaida Rusia alianzisha maongezi yale yale ambayo yalikuwa katika midomo ya watu siku zote hizo. Alimweleza Sikamona kuwa amesikia wapelelezi kadhaa wenye mabomu walikuwa wamekamatwa wakiwa katika hatua za kutega mabomu ili kubomoa majengo kadhaa mjini Arusha na hapo Dodoma. Habari hizo zilifuatiwa na nyingine kadha wa kadha zilizosikitisha na kuchukiza. Sikamona alishindwa tena kutamka alichokusudia.

Wala si habari tu ambazo zilimfanya Sikamona ashindwe kutamka haja yake kwa Rusia, kwani nyingi kati ya alizoambiwa alikuwa amekwisha zisikia. Wala si sauti yake yenye majonzi tu ambayo ilimzuia. Alikwisha zisikia sauti nyingi zenye huzuni kuliko hiyo. Kilichomnyang'anya uwezo wa kutamka haja yake, hasa ilikuwa ile hali ya ukosefu wa tabasamu katika uso wa Rusia, tabasamu ambalo lilikuwa likimfariji awapo na huzuni, kumchangamsha achokapo, kumfurahisha ahuzunikapo na hivyo kumfanya azungumze lolote analojisikia kulizungumza. Kwake lilikuwa kama nuru ambayo humtoa gizani. Hivyo, kukosekana kwa nuru hiyo ndiko kulikomfanya ayasahau maneno yote, pamoja na kuupoteza ulimi wake.

Hata hivyo, siku hiyo hakukubali kushindwa. Alikuwa amemfuata Rusia kazini kwa ajili hiyo. Rusia alimlaki kwa habari ambayo ilikuwa mpya kwake. "Nasikia serikali imewataka vijana kujitolea kwenda kupambana na hili joka. Mashujaa wengi wanajiandikisha..."

Sikamona hakumbuki kama alimjibu au la. Alichokumbuka ni jinsi alivyofanya haraka kutamka kilichomleta kabla hajashindwa nguvu. "Rusia, nimekuja ili tupange lini tufunge ndoa."

Pengine alisikia, pengine hakusikia. Lakini Sikamona alimsikia akiendelea kama anayezungumza peke yake. "Hadhi iliyoje kijana kujitolea kuilinda nchi yake. Ni mchango ambao hautasahauliwa na nchi hii kamwe. Kama ningekuwa mtoto wa kiume..."

"Nijibu Rusia. Niambie lini unaona tufunge ndoa," Sikamona alimkatiza na kusisitiza.

Ndipo Rusia alipomgeukia na kunong'ona kwa sauti wazi kabisa, "Sikia, twawezaje kuzungumzia harusi yetu wakati nchi nzima imo katika msiba?

Maneno hayo kama hayakumkomesha Sikamona, basi yalimtosha. Alijihisi mwenye hatia kubwa kufikiria harusi hali ni kweli kabisa taifa lilikuwa katika msiba mkubwa. Watu wasio na hatia walikuwa wakifa na maiti zao kutupwa mapangoni, watoto wakitaabika kwa ukosefu wa wazazi, mali nyingi za thamani zikiharibika!

Aliyaepuka macho ya Rusia, kisha alianzisha maongezi mengine kwa kupoteza lengo, maongezi ambayo hayakupokelewa na Rusia kwani alionekana yuko maili nyingi nje ya chumba hicho.

Hayo na ule mwito wa taifa, hasa kwa vijana waliopitia jeshi la kujenga Taifa, kwenda kujitolea kumwadhibu adui, vilimfanya ghafla asikie akipatwa na njaa ya kwenda huko. Maneno ya Rusia aliposema, "Hadhi iliyoje kijana kujitolea... Ni mchango usiosahaulika..." na... "Twawezaje kuzungumza harusi hali nchi imo katika msiba..." yalikuwa katika moyo wake kama kengele ambayo ilimwita kwenda vitani. Kengele hiyo ilizidishwa nguvu na lile tamko la Mwalimu Nyerere katika hotuba yake akisema... "Tulieni... Sikilizeni muone vijana wetu watafanya nini..." Vijana gani wanaotegemewa kama yeye si mmojawao? Alijiuliza.

Ni hapo alipofikia uamuzi.

Alimkuta Rusia chumbani kwake, kainama akifanya jambo fulani katika sanduku lake la nguo. Sikamona aliingia kwa kumnyatia. Akamkaribia. Lakini kabla hajafanya chochote alichokusudia kufanya, Rusia aligutuka na kumwona. Akalakiwa kwa lile tabasamu lake jipya, dhaifu lisilomsisimua.

"Vipi uko safarini?"

"Kwa nini?"

"Naona unafungafunga."

"Ah! Niende wapi. Mimi ni mtu wa hapa tu."

Walizungumza mengi wakibadilishana habari, matukio pamoja na kuambiana yote ambayo kila mmoja alidhani mwenzake angehitaji kujua. Kisha...

"Wajua Rusia? Nimekuja kukuaga, Sikamona alisema baadaye."

"Kuniaga! Waelekea wapi?"

"Uganda."

"Uganda!"

"Vitani," akasita. "Kesho naondoka kwenda Monduli kupigwa msasa kwa muda mfupi. Baada ya hapo ndipo nitaelekea mpakani."

Rusia aliduwaa kwa muda, akimtazama kana kwamba ndiyo kwanza anamwona maishani mwake.

Ukimya wake ulimtisha Sikamona hata akajikuta akifoka ghafla bila ya kujua anachokifanya.

"Rusia. Sio kosa langu. Ni wajibu ulionilazimisha kufanya hivyo. Sitakusahau kamwe Rusia. Nitaendelea kukukumbuka daima. Hata kama nikienda kaburini..."

Rusia aliinuka na kumkumbatia kwa nguvu. Kwa sauti ya mnong'ono Sikamona alimsikia Rusia akisema, "Usijali mpenzi wangu. Nenda na utarudi salama. Na utakaporudi utanikuta. Na ndipo nitakukabidhi zawadi yako maalum, zawadi ya ushindi."

Sikamona angependa auone uso wa Rusha. Lakini kwa bahati mbaya hakuuona. Ulikuwa umefunikwa katika kifua

chake. Alichoambulia ni lile joto la Rusia na mguso wake.
Mguso ambao ulimfariji pamoja na kumfanya ahisi ushujaa
ambao alikuwa hajapata kuusikia hapo mbeleni.

Sura ya Sita

●─《─◆·─◆─●─◉

ALIPOKUWA mtoto mdogo, kabla hata ya kuanza shule, alikuwa hodari katika michezo yote iliyokuwa ikichezwa na watoto enzi hizo, michezo kama ile ya kukimbizana, miereka, kutupa mawe na ile miti ambayo waliita mikuki, kujificha porini na kutafutana. Si yeye tu aliyeipenda bali karibu vijana wote. Michezo ilitawala enzi yao na ilioana na mazingira yao. Hivyo, yeyote kati yao, ambaye aliikwepa, wenzake walimtenga na kumdharau wakimwita 'msichana.'

Ule mchezo wa kujificha na kukimbizana porini ndio uliokuwa maarufu kwao wote. Kila jioni walikwenda msituni na kumteua mmoja wao kama "simba". Huyo aligeuka simbamtu na kukabiliwa na jukumu la kuwakamata wengine.

Sikamona ilimtukia mara chache sana kukamatwa katika msitu huo ambao aliuzoea hata nao ukamzoea. Alizifahamu vizuri njia na vipenyo vya kila aina ambavyo vilimwezesha kumwepuka "simba." Kadhalika, alikuwa hodari wa kujificha katikati ya vichaka vilivyotisha, juu ya miti ambayo matawi yake yalimwezesha kupanda upesiupesi kama nyani ama katika mapango yaliyotapakaa huko na huko.

Shule ilikuwa imemtenga na michezo hiyo. Hata hivyo, mchakamchaka na gwaride la kila asubuhi vilichukua mahala pa michezo hiyo. Hivyo, akaipenda shule na kuithamini vilivyo, jambo ambalo lilimfanya achaguliwe kuwa kiranja mkuu akiwa darasa la tano tu na kiranja wa taaluma ya michezo huko sekondari.

Kama si kumaliza shule, basi ni umri ambao ulimfanya aachane na michezo hiyo kabisa. Akawa akiamka asubuhi na kujikokota kivivu hadi ofisini ambako alishinda kakaa kitini, mafaili yakimtazama kifuani. Siku zikaja na kwenda.

Halafu likaja Jeshi la Kujenga Taifa. Huko, kwa kiasi fulani, alirudia utoto wake, ingawa kwa njia kubwa zaidi. Licha ya furaha ya kucheza maporini na milimani, alipata fursa ya kujifunza silaha, mbinu za kivita na ukakamavu kwa mizani ambayo ililandana na yale mafunzo ya kuwa na ari ya ujenzi wa taifa kiuchumi.

Lakini hayo pia yalichukua muda mfupi tu. Mwaka mmoja baadaye alirejea tena katika maisha yale yale, maisha ya kitanda na ofisi, maisha ambayo kukimbia mchakamchaka mitaani watu wangekwita mwendawazimu na kupiga gwaride uwani, jirani wangeishuku akili yake.

* * *

Leo alikuwemo tena katika michezo hiyo akijifunza na kujikumbusha yote yale ambayo aliyapitia jeshini na utotoni. Lakini safari hii michezo hii haikuchezwa kwa ajili ya kujifurahisha, kulazimishwa na umri pamoja na mazingira wala kwa sababu ya kujiandaa tu. Ilikuwa maalum kwa ajili ya hali halisi ambayo ilikuwa usoni mwa kila mwananchi, maalum kwa ajili ya kuyaokoa maisha ya wananchi na kurejesha hadhi ya nchi. Hivyo, kama wengine, Sikamona alijifunza au kurudia mafunzo ya silaha na ukakamavu kwa juhudi zote.

Kama kawaida, penye wengi pana mengi. Hivyo, wazembe hawakukosekana ingawa walikuwa wachache mno. Hao, ama kwa ajili ya kutopitia michezo hiyo utotoni, au kwa ajili ya uzembe tu, walilazimika kutoroka ama kuombwa na viongozi warejee nyumbani na kuwapisha wenye afya. Ilimshangaza sana Sikamona, mtu mzima kushindwa na jambo ambalo mtu mzima mwingine analitenda.

Ni katika kambi hiyo ambako Sikamona alikutana na Mdoe. Waliwahi kukutana zamani walipokuwa wanafunzi wa shule ya msingi. Baada ya kumaliza shule hiyo kila mmoja alizama katika upande tofauti wa dunia, akifuata mkondo wa maisha ulikomwelekeza.

Kumbe mkondo wa Sikamona ulikuwa umemtitirisha hadi katika ukumbi wenye heri na matumaini kuliko wa mwenzake; elimu ya sekondari, kazi na maisha mema ni baadhi ya heri hizo. Mdoe naye mkondo huo huo ulimsukuma hadi kumdidimiza katika bahari yenye kila aina ya dhiki, majonzi na machungu yasiyo na dalili zozote za kukatika.

Alifiwa na mama yake mwaka wa pili tu tangu alipomaliza masomo ya msingi. Halafu, akaangukia katika hifadhi ya mama wa kambo ambaye alikuwa na kila sifa ya mama wa kambo. Akamlea kwa taabu na kumtunza kwa matusi, masimango na kutumikishwa kitumwa huku akila kwa taabu. Hata hivyo, Mdoe aliendelea kuvumilia kwa kujikumbusha methali inayodai eti "Baada ya dhiki faraja." Akawa akiisubiri kwa njaa kubwa siku hiyo, siku ambayo angefarijika na kuneemeka kama wengine.

Faraja aliyoiambulia ilikuwa ile ya kushuhudia kifo cha baba yake kikitokea kwa njia ya ajabuajabu. Alikufa usingizini. Jirani walidai amerogwa hali minong'ono ikisema aliuawa na mke wake ambaye alikusudia kuiba urithi, urithi ambao haukuwa wa haja machoni mwa Mdoe.

Baada ya hapo Mdoe akawa huru katika dunia huru. Uhuru uliomtisha na kumbabaisha nusura umtie kichaa. Hali hiyo ilimfanya hata adiriki kuutamani ule utumwa wa mama yake wa kambo zaidi ya uhuru huu ambao ulimlazimisha kujitegemea, si kwa chakula na mavazi tu, bali pamoja na mawazo pia.

Hali hiyo pia ilizeesha mwili na akili zake kabla ya wakati. Akajitoma katika mojawapo ya vijiji vya kwao Sumbawanga ambako alijijengea kijumba chake na kujilimia mashamba ya chakula. Ni hapo ambapo mawazo yenye matumaini mapya yalianza kuchipuka tena katika fikra zake. Alihisi kwamba huenda angeneemeka na kuwa mtu kama watu wengine, mtu asiye na hofu ya uhuru wala mashaka ya kuishi.

Halafu likazuka hili janga la vita. Likafuatwa na ule mwito wa taifa wa kujitolea kwenda kumwadhibu adui, "mwito usiopingika" kama alivyowahi kuuita mbele ya Sikamona. Akayaacha yote aliyokuwa nayo mkononi na rohoni na kuja kujiunga katika kikosi hiki kilichokuwa kikijiandaa kuelekea katika uwanja wa mapambano.

Sikamona alikuwa amehiari kujitoa mhanga, lakini bado ilimshangaza sana kila alipowaza juu ya watu kama Mdoe na hatua zao za kujitolea. Mara kwa mara alijiuliza kwa nini watu kama hao waliamua hivyo wakati kila mmojawao alifahamu dhahiri kuwa kitendo hicho ni cha kufa na kupona. Kitendo ambacho ni cha kumtoa mtu katika tumaini halisi la maisha yake. Kwa nini? Ushujaa? Labda. Aliwaza lakini ushujaa ni nini? Na shujaa ni nani? Mdoe ni shujaa?

Hakupata majibu. Badala yake aligundua tu kiasi gani ambacho alikuwa hamwelewi rafiki yake Mdoe, pamoja na watu wengine. Pengine ni vigumu mwanadamu kuufahamu undani wa mwanadamu mwingine, kama ilivyokuwa kwake na Mdoe. Ingawa walikuwa wameishi pamoja miaka saba, wakisoma pamoja, kucheza pamoja, kushirikiana na kugombana, kuchokozana na kupatana na kadhalika, bado alikuwa hamwelewi hata kidogo. Hakuifahamu siri iliyofichika katika nafsi yake, siri ambayo ilikuwa imemnyang'anya hofu ya kifo kiasi cha kumsukuma kuyanadi maisha yake.

Nyakati kama hizo ilimjia kujiwazia yeye binafsi pia. Ni kipi hasa kilichokuwa kimemtoa hofu ya kifo? Yeye ni shujaa? Ushujaa ni nini? Au inatosha kuwa aliamua kupambana kwa ajili ya uchungu na aibu ya kuvamiwa? Mbona walikuwepo wengi ambao hawakuwa tayari kujitolea? Wengi hata miongoni mwao wale ambao wameshuhudia jamaa zao wakichinjwa kama mbuzi na kuzikwa kama mbwa! Yeye ni shujaa? Alijiuliza tena na tena kiasi kwamba hakuwa hata na uwezo wa kujielewa yeye mwenyewe.

Sura ya Saba

Sasa alikuwa tayari katika uwanja wa mapambano. Tayari. Tayari kabisa. Tayari kwa lolote. Tayari kufa, tayari kuua. Giza lilikuwa likikaribia kuimiliki nchi nzima. Nuru hafifu iliyosalia ilimwezesha kuona umbali wa mita chache tu kutoka katika handaki lake. Alikuwa amelala ndani ya handaki hilo, mtutu wa bunduki yake ukielekea upande ambao uliaminika adui alikuweko. Alikuwa ameipakata barabara silaha yake, tayari kuipa uhai (ambao ni mauti kwa adui) wakati wowote ambao amri ingetolewa. Mavazi yake ya mabaka pamoja na kofia yenye muundo wa kichaka vilimfanya awe kama kichaka cheusi kilichoota pangoni.

Aliendelea kutulia, ukimya mwingi ukiwa umetapakaa anga zima, ukimya huo wa kutisha pamoja na kimya kingi ambacho kilitanda huko na huko vilimfanya ajikumbushe jambo moja lisimtawale. Hofu. Naam, hakuipenda hofu. Kwa ujumla, aliichukia akijua kuwa kuna ujirani mkubwa kati ya hofu na mauti. Hata hivyo, uwezo kamili wa kuishinda ulikuwa ukimtokea kwa vipindi tu. Si sasa ambapo giza lilimfunika na dunia kutulia kama inayoomboleza kifo chake. Si sasa ambapo alikuwa na bunduki mkononi hajui adui yu wapi na iwapo angeweza kweli kumjua adui huyo kabla hajafa yeye. Si sasa wakati ambapo bila shaka jamaa zake huko nyumbani walikuwa wakilia na pengine hata kuomboleza juu yake.

Ni hofu hiyo ambayo ilimrejesha katika yale maswali ambayo siku hizo yaliitawala akili yake na kumfanya awe nayo akilini kama wimbo usio na msaidizi, wimbo wa bubu na kiziwi. Kwamba ni kweli kuwa sasa yuko mstari wa mbele! Mbele ya nchi na taifa zima! Mbele ya wazalendo wote, tayari kuua, tayari kufa kwa ajili yao! Ni kweli au ndoto! Kama ni kweli kujinadi nafsi yake kiasi hiki ametumia busara kweli? Swali ambalo alikuwa akijitahidi kulifuta akilini kwa kujihisi mwenye hatia kwa mawazo hayo duni, pamoja na kujikumbusha ujana wake, afya yake na wajibu wake kwa taifa.

Kadhalika, hayo pia yalikuwa yakimzulia swali jingine. Wajibu ni nini? Hilo lilifuatiwa na jingine. Yeye ni nani na wajibu wake ni upi? Taifa litamlipa nini kwa kumwaga damu yake? Na kwa nini iwe yeye? Kuna maelfu mangapi ya vijana ambao walikuwa wakizurura mitaani? Labda amekuwa mjinga kuamua kufanya hivyo? La, alijikanusha hima. Ni kufuru kubwa kuwaza hivyo. Yeye ni shujaa, shujaa miongoni mwa mashujaa. Nchi inamtegemea na kuwategemea wote wenye ari kama yake.

'Lakini ni kweli yeye ni shujaa? Ushujaa ni nini? Na nini tuzo ya shujaa iwapo atakufa na kuoza kama mzoga? Manufaa yake ni nini?' Maswali hayo yaliendelea kuzuka akilini mwake na kuota mizizi. Yalianza tangu usiku ule ambao alijikuta akiparamia lori na kuanza safari ya kwenda alipo.

Ulikuwa usiku wenye giza zito kuliko hili la leo, giza la kutisha, giza ambalo lingeweza kuwa ahera iwapo nuru ya taa za umeme katika kambi yao zisingekuwepo.

Gari lilikuwa limesimama barabarani likiwasubiri. Wakawa wakiliendea mmoja baada ya mwingine kila mmoja akiwa kamili kwa hali na mali na bunduki zikiwa mikononi, mafurushi makubwa yenye mavazi na mahitaji mengine migongoni. Kadhalika, mioyoni walikuwa wameivaa ile hali ya kusikia furaha na utukufu, hali ambayo humpata yeyote anayefahamu kuwa uhai wake ni tegemeo pekee la wengine. Hata hivyo, pengine ari hii haikuwa sare katika mioyo yao wote, Sikamona akiwa mfano. Yeye japo alifurahi na kujisifu kimoyomoyo, bado hofu haikukoma kupenya katika ari hiyo na hivyo kumfanya awe na mashakamashaka. Wakati walipokuwa wakihutubiwa ile hotuba ya mwisho ambayo ilikuwa ndefu yenye maneno mengi ndani ya neno moja tu, "Tunawategemeeni" yeye alijisikia kama anayesomewa sala ya mwisho kaburini. Wakati alipopanda lori hilo alijiona kama anayeingia katika jeneza. Gari lilipoanza kuondoka na kujitoma gizani alihisi kama ile safari ya mwisho, safari ya kuzimu. Alitulia akitetemeka kindanindani, macho kayakaza kutazama mandhari ya nchi yake, kwa mara ya mwisho.

Alikuwa akiilinganisha hali hii na ile aliyowahi kuiona miaka michache iliyopita, pindi alipofiwa na mdogo wake. Wakati huo alikuwa bado mtoto, alipendana sana na nduguye huyo, kwa jina Marubu. Walikuwa wakicheza pamoja, kula pamoja na kulala pamoja. Kisha, usiku mmoja aliamshwa usingizini kwa ndoto mbili mbaya zinazotisha. Mkono wake wa kushoto ulikuwa umelala juu ya mgongo wa Marubu hali wa kulia kaufanya mto. Kitisho cha jinamizi hilo kilimfanya atetemeke na kutweta. Hivyo, akaanza kumwamsha Marubu kwa kumsukasuka polepole. Marubu hakuamka. Alimsukasuka kwa muda mrefu bila mafanikio. Akashangaa. Mwisho alimsukuma kwa hasira. Marubu aliviringika kama gogo na kuanguka mvunguni. Lakini bado hakuamka. Hali hiyo ilimjaza Sikamona hofu mpya. Akafanya haraka kuwaamsha wazazi wake ambao baada ya kumtazama mara moja waliangua kilio, kilio ambacho kilithibitisha kuwa Marubu asingeamka tena. Siku ya pili walimshonea sanda na kumlaza katika jeneza. Kisha, wakamchimbia kaburi na kumzika. Sikamona alilia sana akitegemea machozi yamrudishe ndugu yake. Lakini haikutokea. Akaendelea kulia ingawa si kwa machozi bali majonzi na maombolezo, kilio ambacho kilifufuka kuwa machozi kila alipokumbuka na kuhisi akiona jeneza la Marubu likididimizwa kaburini.

Ndiyo hali ambayo Sikamona aliihisi wakati alipokuwa anakilanda gari na kuelekea vitani. Hali ya kujihisi kamkumbatia Marubu na kushonewa pamoja katika sanda, kupakiwa katika jeneza na hatimaye kuelekezwa kaburini. Na ni hali hiyo ambayo ilimjaza hofu, hofu ya kutisha na kutatanisha, hofu ambayo ilimlazimisha kujiuliza maswali ambayo aliamini ni ya 'kike' kwa wakati kama huo.

Alijisikia kupiga uyowe wa hofu, aruke kutoka katika jeneza hilo na kujitoma porini, amwepuke Marubu na wafu wengine. Lakini hakufanya hivyo. Hakufanya asilani. Polepole kelele, shangwe na vigelegele kutoka kwa wenzake viliurejesha moyo na roho yake katika ukumbi wa furaha na utukufu. Akajikuta mshirika katika vigelegele na nyimbo za kuukashifu uvamizi na hekima za mvamizi. Akaupenda sana ule wimbo uliomfafanua Amini kama 'mroho' na askari wake "viruka njia".

"*Vijana twendeni. Sote twendeni.*
Tukamtoe nchini mroho wa madaraka.
Tumtoe, tumtoe mroho mwenye njaa ya ukubwa.
Tukawatoe nchini makahaba wa Amini.
Tuwatoe, tuwatoe, makahaba, makahaba wa Amini."

Huo pamoja na nyingine kadha wa kadha zilimfanya abadilike kabisa moyoni na kumaliza safari hali akijiona kama aendaye harusini badala ya vitani.

Ari hiyo iligeuka kuwa hasira mara tu alipowasili Kagera na kuushuhudia unyama wa Amini na askari wake katika nchi yao. Alilakiwa na magofu ambayo majuzi tu zilikuwa nyumba bora za thamani. Sasa zilikuwa zimechomwa na kubomolewa kwa vifaru, kung'olewa milango na madirisha pamoja na kila chenye thamani.

Si hayo tu, mashamba ya mibuni, migomba na miwa yalikuwa yamechomwa moto pamoja na kuvurugwa hata yakawa kama uwanja ambao ulitumiwa kucheza ngoma ya kikatili. Hayo yalikuwa pamoja na kuharibiwa viwanda, hospitali, shule, barabara na kila kitu ambacho askari hao walifahamu kina manufaa ama kilimgharimu mwanadamu muda na fedha kukitengeneza. Ukatili ulioje huu? Hasara iliyoje? Alijiuliza huku akitikisa kichwa kwa uchungu.

Eneo hilo walilokuwa wamefika ni lile la Kyaka, ambalo lilikuwa limetekwa na majeshi ya Idd Amini. Kikosi cha Sikamona kilikuwa kimefika kuungana na vikosi vilivyotangulia. Kwa bahati mbaya au nzuri walikuta kazi ya kuyaondoa majeshi hayo ya Amini imekwishatekelezwa. Walichoambulia ni harufu ya vita na mabaki yake. Hata hivyo, walitegemea mashambulizi wakati wowote, na hivyo, walilazimika kuwa makini wakati wote.

Jioni moja Sikamona alitoka kwenda kutembeatembea katika mashamba haya ambayo yaliharibiwa na ukatili wa hao makatili. Alijipenyeza katika vichaka na migomba iliyosalia. Kisha, macho yake yalivutwa na kitu fulani ambacho aliona kimelala katika kimoja cha vichaka vilivyonusurika. Alikisogelea na kutazama kwa makini. Kelele za hofu au uchungu zingeweza kumtoka. Hakujua kwa nini alifanikiwa kujizuia kufanya hivyo. Badala yake alijikuta akisaga meno na kufumba ngumi kwa nguvu. Alikuwa akiushuhudia unyama wa Amini na askari wake kwa macho yake mwenyewe, unyama wao kwa viumbe wa Mungu. Zile sifa zote ambazo alizisikia kwa maneno sasa alizisadiki baada ya kuona hiki alichokuwa akikiona; maiti ya mwanamke! Ilikuwa imelazwa chali juu ya nyasi. Ukatili si tu kule kumuua, bali njia ambazo zilitumika. Yaonekana hakufa kwa silaha ya aina yoyote. Alikufa kwa vidole. Macho yake yote mawili yalikuwa yameng'olewa, ulimi umevutwa nje, sehemu za siri zimeharibiwa na vidole vya mikono na miguu kuvunjwa. Kando yake kitoto kichanga kilikuwa kimelala, maiti vilevile. Hiki kilionyesha kilifariki kwa njaa na kilio kwa kumpoteza mama ghafla.

Sikamona alizitazama maiti hizo kwa muda mrefu. Hasira zikampanda na kisasi kukamilika katika nafsi yake. 'Haistahimiliki... Haivumiliki.' Alifoka kimoyomoyo. Ni hapo ambapo alijikuta akijilisha kiapo upya, kiapo cha rohoni kabisa, kwamba asingesita kujitolea kikamilifu kumwadhibu huyu ambaye anafanya vitendo vya aina hii.

Aliporejea hakujua kuwa alikuwa ametokwa na machozi hadi alipofika mbele ya Mdoe ambaye alikuwa akimsubiri mbele ya handaki lake. "Una nini?" Mdoe alimuuliza kwa mshangao.

"Ninalia!" Sikamona pia alishangaa. Kisha, "Ah nadhani ni upepo tu," alimdanganya.

"Upepo! Tangu lini?"

Hakumjibu.

Sura ya Nane

ALIENDELEA kutulia katika handaki lake akifanya kila juhudi kuushinda usingizi ambao sasa ulimnyemelea. Angewezaje kulala na tayari walikuwa wameambiwa kuwa adui bawako mbali na walitarajiwa kupita eneo hilo? Giza ambalo liliimiliki nchi nzima lilimnyima uwezo wa kuona chochote, hali ambayo ilimfanya aone kama vivuli vinavyotembea na hivyo kurejewa na hofu mara kwa mara. Hakuchoka kupambana na hofu hiyo.

Ukimya ambao ulikuwa umetanda ulinajisiwa na sauti ya bundi ambaye alianza kulia ghafla. Sikamona alimsikiliza bundi huyo kwa muda, kisha akatabasamu. Alikumbuka ile imani ya kabila lake, kwamba bundi ni ndege wa wachawi na aliapo huwa anabashiri maafa; imani ambayo ilidumu katika nafsi yake hadi mwalimu wake alipoipotosha kwa kuwaambia kwamba bundi ni ndege kama wengine na kwamba imani hiyo ni ya kale isiyotofautiana na zile mila za mtoto kutokula mayai ama mama mjamzito kuambiwa akila samaki asiye na magamba angezaa zeruzeru. Labda ni kweli kuwa imani hiyo ilikuwa duni na iliyopitwa nyuma na wakati lakini mbona bundi huyu analia hapa, saa hizi, ambazo maafa yako usoni na mashaka yakimchungulia? Mara ngapi mila za kale zimetokea kuwa tunu njema kwa maisha ya kileo? alinong'ona kimoyomoyo.

Hakuyamaliza mawazo yake kabla ya ile ishara waliyokuwa wakiisubiri kusikika ghafla. Ikamfanya aduwae kwa muda huku miguu ikilegea na mwili mzima kutetemeka. Kisha, alizikusanya nguvu zake. Akafanya hima kuiandaa bunduki yake, huku mgongoni akijifunga furushi lake la vifaa. Walitulia kwa muda ambao Sikamona aliuona mrefu kupindukia, muda ambao ulimrejesha katika hofu. Mikono yake ilitoa jasho huku mwili ukitetemeka zaidi. Alijisikia kwenda haja, lakini hakuthubutu. Wala hakujua kama haja hiyo ingemtoka. '...tulieni... sikilizeni muone vijana wetu watafanya nini...' yalimrudia maneno ya Mwalimu. Yakamfanya aone aibu na hatia kwa hofu yake, kisha '... utarudi salama... utanikuta... nikukabidhi zawadi ya ushindi...' hayo yaliambatana na hali ya kuhisi akiuona uso wa Rusia ukimtazama na kushuhudia alivyokuwa akitweta ovyo. Aibu ikamzidi. Yeye ni kijana. Ujana wake unategemewa sana dakika hii kwa manufaa ya nchi nzima. Vipi aanze hofu na kukata tamaa! La, asingeruhusu uzembe kama huo. Akajikaza kiume na kuahidi, na kujikumbusha tena, kwamba ilimlazimu awe imara.

Wakati huo mapambano yalikaribia. Walisubiri kwa dakika kama kumi tu, mara wakawaona maadui waliokuwa wakiwajia kwa kundi kubwa kama la ng'ombe waendao malishoni. Akainua bunduki yake na kuielekeza katika kundi hilo tayari kuifyatua. Alijisahihisha upesi alipokumbuka kuwa alikuwa hajapewa amri ya kufanya hivyo. Akajilazimisha kutulia, macho yake akayakaza kuwatazama adui ambao walizidi kuwakaribia.

Kamanda ana nini? Amepatwa na jambo gani hata aache adui kutufikia bila ya kufanya lolote? Sikamona alijiuliza kwa hofu na mshangao.

Halafu ishara ikatolewa. Ikafuatwa na ngurumo ya mlio wa bunduki na mrindimo wa risasi ambazo zilimiminwa katika genge la maadui. Maadui hao, ambao bila shaka hawakujua kuwa mbele yao kuna mtego, waliduwaa kwa muda kwa ajili ya mshindo wa wingi wa risasi ambazo zilimiminika toka kila upande. Kisha, kama walivyo askari wote waliofundishwa walijitupa ardhini ghafla, na kuanza kupigana, si mapigano ya kuteka nchi tena, bali kujaribu kuziokoa roho zao.

Ni hapo ilipofuata mvua ya ajabu, mvua ambayo ilikuwa na ngurumo za kutisha, pamoja na vilio vya watu waliokuwa wakianguka huko na huko.

Haikuchukua muda mrefu kama alivyotegemea Sikamona. Baada ya dakika kadhaa hali ilirudi kama kawaida. Zile kelele, mingurumo na vilio vilipoa ghafla na nafasi yake kumezwa na ukimya wa hali ya juu.

Kama wengine wote, macho ya Sikamona yalitulia juu ya mizoga iliyotapakaa huko na huko pamoja na miili ambayo ilikuwa ikitapatapa kwa maumivu na kukata roho, miili ya adui.

"Hee, kilikuwa kipigo chema au sio?" mtu mmoja alitamka. "Kipigo halali yake; chastahili kupewa jina. "Kipigo cha kumtoa nyoka pangoni, au sio?"

Si kwamba hakumjibu tu, bali pia hakumtazama. Hivyo, hakujua ni nani ambaye alimsemeza. Mawazo yake yalikuwa yamepaa na kutua katika dunia nyingine, dunia yenye huruma na uchungu. Hali hiyo ilimtokea baada ya kuutazama kitambo mwili wa adui mmoja na kushuhudia mateso aliyoyapata. Si hayo tu. Alikuwa pia amesikia hata sauti yake ikikoroma na kudai *I am dying for nothing.*

Pengine ni kweli alikuwa akifa bila ya sababu. Sikamona alijiuliza akitembea polepole toka nje ya umati huo wa mizoga. Bila ya sababu! Kwa vipi? Alilazimishwa kuja vitani? Mtu anawezaje kulazimishwa kufanya jambo kubwa kama hilo?

Hakuwahi kupata muda wa kujijibu swali lake, kelele za ghafla zilisikika. Alipogeuka aliiona maiti moja ikiinuka na kukurupuka mbio. Hakuwa peke yake, askari mwingine alikuwa akimkimbilia. Walikuwa wakimjia. Akaharakisha kuielekeza bunduki yake kifuani mwa adui huyo huku akifoka, "simama". Kabla hajafoka tena mkimbizi huyo alijikwaa na kuanguka chini. Askari aliyekuwa akimkimbilia alimfikia na kumchoma sime mgongoni.

"La, la, acha! Sikamona alifoka huku akimkimbilia. Alimvuta askari mwenzake mgongoni na kufoka tena. Mwache..."

Askari huyo akainua uso kutazama. Ikamshangaza kukuta si mwingine zaidi ya Mdoe ambaye alimtazama kwa muda. Kisha, kama aliyetishwa na kitu fulani katika macho yake, akafanya haraka kuichomoa sime yake toka katika mwili wa adui huyo na kwenda zake.

Sikamona akainama kumtazama mateka huyo. Alikuwa ametapakaa damu mwili mzima. Damu ya mtu ilikuwa ikimwagika hadharani. Kwa nini? alijiuliza. Yeye hakujua kwa nini anakufa? Aliendelea kujiuliza. Hakujua ajipe jibu lipi, hakujua awaze nini. Akayaepuka macho ya mtu huyo na kujivuta tena nje ya uwanja huku askari wenzake wakisogea na kumdhibiti adui ambaye aliendelea kutapatapa kama anayekata roho.

Sura ya Tisa

●᚛•᚜●

NDIYO nilizaliwa katika nyumba maskini. Labda tuseme nilikuwa na umaskini zaidi ya maskini wengi waliotapakaa huko na huko katika kata yetu; umaskini unaotisha. Ndio, kwani si kwamba ulinifanya mimi nitembee makalio wazi tu, bali pia uliniwezesha kuona viraka vilivyoshonwa nyuma ya suruali ya baba. Wala si kwamba ulitufanya tuishi kwa dhiki tu, bali pamoja na kutulazimisha kumfungia baba chooni kila wakusanya kodi walipokuwa wakipita kijijini petu. Ni mengi mno ambayo yalitupata. Mengi kupindukia. Yanatosha kabisa kumfanya mtu aamini kuwa dunia, kama si jehanamu, ni gereza. Sijui kwa nini hali hiyo ilituzidi mno sisi kuliko jirani zetu. Labda ilikuwa kwa ajili ya maradhi ya mama mara kwa mara. Ama ilitokana na mapenzi ya baba kwa pombe. Sijui! Kitu nijuacho ni kimoja, kwamba pamoja na umaskini wote huo nilikuwa na furaha."

Kiasi Sikamona alimwogopa Mdoe. Akamtazama usoni na kushangaa macho yake yalivyokuwa yakichezacheza na kutoa nuru kali iliyodhihirisha uchungu na simanzi.

"Naam, furaha tosha kabisa. Sikuwa na wasiwasi wowote kwa maisha, sikuuchukia umaskini wala sikuyapata maumivu yake. Niliyazowea yote. Pengine hali hiyo ilitokana na kule kuwa mmoja miongoni mwa wengi wenye hali kama yetu. Si kuna mtu aliyewahi kusema, "Kifo cha wengi harusi?" Basi mimi pia nilikuwa harusini, katikati ya kundi linaloproshehekea, nikicheza ngoma waliyokuwa wakiicheza na kuimba nyimbo walizokuwa wakiziimba, zaidi ya yote hayo nilikuwa na mpenzi."

Sasa alikuwa kama anayeota na kuzungumza katika ndoto yake hiyo aliposema, "Msichana mzuri mwenye heshima na adabu. Umbo lake lilikuwa na kila ambacho mwanamume anakihitaji. Mwenendo wake ulikamilisha yote, ambayo ndoa inayataka. Alikuwa kama nuru gizani, maji jangwani, shibe njaani na faraja matangani. Si kwangu tu, bali kwa kila aliyemwona. Kila mpita njia aliyetazamana naye hakukosa kutazamana nayo tena usingizini. Na kila aliyemgusa hakukosa kujikuta akimkumbatia katika ndoto zake. Naam alikuwa ua la roho, ua lililochanua. Lakini alikuwa wangu. Wangu peke yangu." Akameza mate kulainisha koo kabla hajaendelea.

"Mapenzi yalianza kama ndoto, ni kweli kuwa alikuwa jirani yangu. Ni kweli pia kuwa alikuwa na hali kama yangu, mtoto wa maskini kama baba yangu. Lakini si hiyo sababu ya mapenzi yetu. Ni kitu baki kabisa, kitu ambacho mpaka leo kinanifanya nishindwe kukifafanua. Ninachojua ni kwamba kitu hicho kilininyang'anya starehe nilipokaa bila ya kumwona. Kikanifanya mgonjwa niliposhinda pasi ya kuisikia sauti yake. Nilipojikakamua na kumweleza habari hiyo ikanishangaza aliponifahamisha kuwa naye alikuwa na shida kama zangu. Halafu nikaelewa. Yalikuwa mapenzi. Tukawa tukiandamana naye huko na huko. Sikuyaonea aibu makalio yangu ambayo yalikuwa wazi kama ambavyo yeye pia hakujali kuvaa gauni lililoraruka kifuani mbele yangu. Mavazi pekee, ambayo yangefaa kuitwa mavazi, zilikuwa sare zetu za shule. Tulipofikia umri wa kutosha, matiti yakiwa kamili kifuani mwake, wima kama yanayonidhihaki, nilimtajia ndoa. Akanicheka na kunishauri nisubiri tumalize shule."

"Wakati huo uhuru ulikuwa mikononi mwetu. Ingawa nilikuwa mdogo, nilihisi kasoro katika uhuru huo. Hayo yalinijia baada ya kumsikia baba akifoka kila baada ya kulewa. *Tumejidanganya... Tumejidanganya... Uhuru nini kama kodi iko pale pale? Uhuru nini kama umaskini uko pale pale?* "Ndiyo. Nilihisi kasoro kwani nilikuwa nimeshuhudia watu walivyoshangilia kwa nguvu usiku huo wa Uhuru. Nikadhani kitakachofuata si kidogo. Lakini sikukiona. Hata hivyo, niliamini umaskini wa baba ulisababishwa na pombe. Hivyo, nikaiepuka na kuapa kwamba nisingemywa kamwe. Mara nikaanza kutaabika mawazoni ningepata wapi mahari ambayo ingeniwezesha kumwoa Maida, mpenzi wangu. Huo ukawa mwanzo wa kupotelewa na furaha yangu. Hata hivyo, nilijifariji kila nilipokadiria uzito wa penzi kati yetu. Lazima angekuwa radhi tutoroke tukaishi kokote ambako hakuna ndugu yake wa kudai mahari wala yangu wa kunilaumu. Nikawa nikisubiri kwa kiu kubwa siku ambayo ingenitukia kuwa naye kitanda kimoja nikimkumbatia na kumbusu mwili mzima.

"Sio kwamba nilikuwa sijamkumbatia. Nilimkumbatia sana, huku nikimshika na kumgusa nipendavyo, nikifarijika na kuburudika nilivyoweza. Lakini ilikuwa ndotoni tu. Njaa yangu ilikuwa lini ndoto hizo zitakuwa kweli."

Sikamona alimwona Mdoe alivyoyaepuka macho yake na kutazama ardhini aliposema, "Haikutokea. Haikutokea ndugu yangu. Maida kwangu ilikuwa kama ndoto tu. Ndiyo, ndoto nzuri na ya kupendeza. Lakini ndoto. Hayo niliyagundua baada ya kumaliza shule. Nilimkumbusha mara kwa mara juu ya ndoa lakini alicheka tu na kuniambia "tusubiri". Nikasubiri hadi siku ile ambayo nilikuta... kwao kuna sherehe kubwa. Vipi? Nikauliza.

"Kuna harusi."

"Ya nani?" niliuliza kwa wasiwasi.

"Maida?"

"Ameolewa!"

"Ndiyo. Anaolewa na mwalimu wake anaye..."

"Sikuweza kumsikiliza zaidi. Sikuwa na hali. Nilijikuta nikipata maradhi ya ghafla. Nikaanguka kwa kizunguzungu. Simjui msamaria ambaye alinizoa na kunipeleka nyumbani, juu ya kitanda changu cha kamba, ambacho hakikuwa na shuka. 'Nijiue? Au nimuue Maida pamoja na mume wake!' Nilijiuliza niliporudiwa na fahamu. Kisha, nilipokea barua yake. Ilikuwa na machache yaliyoeleweka "... Kama kweli ulinipenda Mdoe, hutanilaumu kwa uamuzi wangu. Nilijua usingepata mahari. Kadhalika, maisha yetu yangekuwa mabaya mno. Umaskini ungepotosha starehe katika ndoa yetu..."

Ni hapo nilipogundua tusi la umaskini. Nikagundua unyonge wa maskini. Hapendezi, hapendeki. Na... ni hapo furaha yangu ilipoingia dosari.

"Kabla sijajua ningemchukulia Maida hatua ipi, kikatokea kifo cha mama yangu. Kikadhulumu nusu ya furaha na matumaini niliyokuwa nimebaki nayo. Halafu naye baba akafa. Alikuwa kiungo cha mwisho kati yangu na furaha, matumaini na hamu ya maisha. Nikajikuta nimetua katika dunia ya dhiki, kebehi na misukosuko, dunia ambayo si kwamba ilininyima chakula na mavazi tu, bali pamoja na kunifanya niwe kichekesho hata kwa mafukara wenzangu. Unyonge ulionijia nusura ungenitia wazimu."

"Siku moja nilipokuwa nikipitapita katika mitaa ya vichochoroni, nilipita mbele ya kilabu cha pombe. Nikachungulia ndani. Nilimwona kijana mmoja mwenye hali kama yangu; shati lililoraruka mgongoni, ndara za magurudumu na suruali yenye viraka visivyokadirika. Alikuwa amelewa barabara na sasa hana habari nyingine zaidi ya kucheza na kucheka na furaha.

"Kijanahuyo huyo alinivutia. Si kwa ajili ya mchezo wake wala ulevi wake. Ilikuwa kwa ajili ya furaha aliyokuwa nayo. Nimekwishakuambia kuwa niliishiwa na matumaini yote ya maisha mema? Lakini nilichohitaji ni furaha. Nilijua kuhuzunika kwangu kusingenipa mahitaji yangu. Nilihitaji kufurahi ili niendapo kaburini nife mwenye furaha. Furaha ilikuwemo katika ulevi, ulevi ambao huletwa na pombe. Pombe... pombe... nikajifunza kunywa pombe. Kila senti yangu ambayo niliipata kwa kibarua kigumu ama kuiokota kwa kudra ya Mwenyezi Mungu niliitupia katika mkoba wa mwuza pombe. Nikawa mlevi mashuhuri mwenye kila sifa ya unywaji pombe, mapenzi kwa kazi hiyo na zaidi ya yote mwenye furaha. Niliyafurahia maisha. Na nikasahau kabisa kudhani kuwa ulevi wa baba ndio uliokuwa kisa cha umaskini wetu. Badala yake niligundua kuwa alijua alichokuwa akikifanya. Ni pombe ambayo ilimsahaulisha uchungu wa kukosa shamba, majonzi ya kutokuwa na kazi na msiba wa kuniona mimi nikifuata mkondo wake. Pombe tu, hakuna zaidi."

Nzi ambaye alikuwa akimtambaa usoni alimrukia mdomoni. Akamtema na kumponda kwa dole gumba. Sikamona alitamani kucheka. Lakini kicheko kikagoma kumtoka.

"Hata hivyo, bwana sidhani kama kweli naweza kuiita hali hiyo kuwa ni furaha, kwani furaha ilinitokea kwa muda mfupi tu, muda ule ambao pombe ilikuwa ikielea kichwani mwangu na kunifanya niwe kama ninayeelea katika bahari iliyochafuka. Nyakati ambazo sikuipata nilijikuta nikijuta kama kawaida. Nilijuta kuzaliwa, nikajuta kuishi. Nikaanza kumtafuta rafiki mwingine, rafiki ambaye angenitoa katika hili gereza ambalo ni baadhi tu wanaoliita dunia. Kifo. Naam, ilikuwa ndiyo dawa pekee."

Alisita tena. Safari hii ilikuwa kwa ajili ya kusikiliza nje. Alidhani amesikia sauti ikiita.

"Kifo hakikuja upesi. Na sikuwa shujaa wa kujiua kwa urahisi. Hata hivyo, badala ya kifo, ilifuata faraja mpya. Tumaini pekee la mtu kama mimi; Azimio la Arusha." Alisita na kumtazama Sikamona usoni. "Naam, lilitangazwa. Likatoa sheria mpya na zenye manufaa kwetu ambao tulikuwa na shida na kwa kila mmoja ambaye aliwahurumia watu wote wenye dhiki. Lilifafanua makosa ya uhuru wetu, kwamba ulikuwa kilemba cha ukoka. Uhuru si kubadili rangi ya bendera, bali kubadili mfumo wa maisha, yaani kumfanya kila mwananchi ajisikie huru, si kwa maneno bali kwa vitendo. Huru katika siasa. Huru katika uchumi. Huru katika utamaduni. Likakomesha misingi yote ya baadhi ya watu kukalia uchumi hali wengine wakitaabika. Likafutilia mbali umilikaji wa ardhi, kugawa kazi kwa mjuano na mabaya mengine kadha wa kadha. Watu wengi walisema mengi. Wengine walilitukana, wengine wakililaumu. Baadhi hata walihama nchi na kwenda nje kwa kulichukia ama kuliogopa. Na ndipo nilipogundua kuwa dunia si mbaya bali wanadamu. Na kwamba taabu yangu haikuletwa na kuishi ila watu tunaoishi nao. Kama si hivyo kwa nini waichukie hata sera ambayo ina nia ya kumtengenezea mwanadamu maisha? Kwa nini waitukane siasa yenye lengo la kuleta uhuru halisi na haki? Kumbe starehe yao ni kutuona tukitembea makalio nje na kulala njaa? Waache waseme wapendavyo, waache wahame nchi. Mimi binafsi nilimwona Nyerere na wote waliofanikisha mpango huo kama nguzo pekee ambayo mnyonge anaweza kuitegemea. Nikaiacha pombe, nikaacha gofu na kichochoro nilichokuwa nikiishi na kwenda zangu kijijini ambako nilijipatia ardhi ya kulima na kiwanja cha kujenga nyumba. Nilifanya kazi kwa bidii ambayo ililetwa na matumaini hadi shamba langu likawa kubwa lenye mavuno bora. Nyumba yangu pia imepata bati na saruji..."

Alisita ghafla na kumkazia Sikamona jicho kali, jicho ambalo lilimtisha Sikamona nusura kumfanya ainuke na kukimbia. Alistahimili kwa kujikaza tu huku akiusikiliza moyo wake unavyotetemeka ndani ya kifua chake.

"Vipi tumwache mtu ambaye anavamia nchi kwa nia ya kupotosha yote hayo anirejeshe tena katika kundi la ombaomba? Kwamba anataka kuitoa nchi itokane na Ujamaa! Tuishi vipi? Wala si kupotosha maendeleo yetu, bali pamoja na kufanya matumaini ya nchi nzima yawe ndoto. Aharibu maisha, aharibu matumaini ya wanetu. Twawezaje kumwacha? Anastahili adhabu. Anahitaji kipigo. Tena kipigo halali kabisa. Tusipofanya hivyo tutakuwa wasichana badala ya wavulana. Tutakuwa kichekesho kwa dunia nzima. Tuna kazi moja tu, kumpiga."

Akasita tena ghafla kama alivyoanza. Ilikuwa sauti ndogo, lakini iliyofoka, sauti ambayo ilimfanya Sikamona amwogope na amwone kama mtu mpya katika macho yake.

"Kwa hiyo ndugu yangu," sasa alikuwa mpole tena, mpole kama kawaida yake, sauti yake ikielimisha na kuonya, "Tuna kila haki na wajibu wa kupigana. Tunao uhalali wa kuua. Tusipoua si kwamba tutauawa sisi tu bali pamoja na matumaini yetu, matumaini ya Taifa zima. Lazima hilo uliweke kichwani."

Kikafuata kimya kirefu. Ndani ya kimya hicho Sikamona alihisi hatia. Mdoe alikuwa ameuweka uchi moyo wake. Amezifichua siri za maisha yake, siri za imani yake, siri za matumaini yake, siri ambazo hakuwahi kuzitoa kwa mtu yeyote wala hakutarajia kamwe kufanya hivyo. Alikuwa amempa yeye. Kwa sababu gani? Urafiki? La.

Yalianza siku nne zilizopita, tangu baada ya lile pambano lake la kwanza, nafasi yao ya kwanza kuwa katikati ya mizoga ya binadamu, kutazama damu ilivyomwagika na kushuhudia mwanadamu anavyotaabika anapokata roho. Hali hiyo ilimtia simanzi kuu. Ikamnyima usingizi kwani kila alipolala alizisikia sauti za wafu wakilalamika kwa uchungu wa risasi. Alishindwa hata kula. Alipojaribu kula nyama alijihisi anakula nyama ya mtu mmoja baina ya maiti kadhaa alizosaidia kuzika. Ndipo akawa mnyonge, mgonjwa si mgonjwa, mzima si mzima. Alijitahidi kuwaepuka watu na kukaa peke yake, akiwaza. Juhudi za kina Mdoe na wenzake kumshawishi ale hazikufua dafu.

Baada ya Mdoe kumfunulia undani wake wote, maongezi ambayo yalipofika mwisho yalimfanya Sikamona ajisikie analo la kumwambia. Akapanua mdomo kulitamka. Lakini... neno lenyewe liliyeyuka kinywani mwake kama barafu na kutoweka. Badala yake aliduwaa akimtazama kwa macho yasiyomwona.

Kabla hajajua lipi lingefuata, ishara ya vita ilisikika ghafla. Mdoe akashangaa kumwona Sikamona akiwa wa kwanza kuinyakua bunduki yake na kuondoka mbio.

Akamfuata.

Sura ya Kumi

WALIDUWAA mbele ya mahema. Hawakujua walipaswa kwenda wapi. Kadhalika, hawakumwona hata mtu mmoja. Yaelekea lilikuwa shambulio la ghafla. Badala ya kwenda kokote walitazama huko na huko na kisha kutazamana kwa macho yanayouliza swali lile lile, "Ni upande gani?" Ngurumo za bunduki na mivumo ya risasi ndiyo iliyowapa jibu. Ilikuwa imezuka ghafla kutoka mbele ya kambi yao. Sikamona akaanza tena kukimbia kuelekea huko, Mdoe akimfuata.

"Sika!"

Akageuka kumtazama. Mdoe alikuwa hamtazami. Alikuwa ametoa macho kutazama wanakotoka, nyuma ya mahema yao. Mdomo wake ulikuwa wazi na uso kaukunja kwa makini kama aliyekuwa akiona kitu. Sikamona alitulia na kumtazama Hakuona chochote. "Twende zetu..." alijaribu kumweleza mwenzake, lakini mkono wa Mdoe ambao ulipunga hewani kumnyamazisha ulimfanya si anyamaze tu, bali atulie kabisa. Hakujua alichokuwa akikiona Mdoe. Alijaribu kufikiria hicho anachokitazama mwenziwe bila mafanikio.

Mawazo yake yalikoma pale Mdoe aliponong'ona bila ya kumtazama. "Adui."

Akatoa jicho na kulikaza kadiri ya uwezo wake kutazama huko alikokuwa akitazama Mdoe. Bado hakuona wala kusikia chochote. Sauti pekee katika masikio yake ilikuwa ule uvumi wa risasi nyuma yao." Yu wapi adui?" Alinong'ona.

"Nifuate," Mdoe alitoa amri huku akianza safari ya kurudi walikotoka.

Sikamona alisita kwa muda kabla ya kumfuata. Walitembea kwa kunyata polepole. Kisha, Mdoe akamwashiria Sikamona kuinama. Baada ya muda, Mdoe alimwashiria kulala chini. Wakaenda wakijivuta kifudifudi mfano wa nyoka. Wakaya acha mahema yao na kutokea kwa nyuma. Wakaendelea kujiburura hadi walipokifikia kichaka ambacho, kwa kila hali, kilistahili kuwa maficho. Hapo Mdoe alimwashiria mwenziwe kutulia. Wakalala bega kwa bega. Bunduki zao zilikuwa zimeelekea mbele ambako Mdoe alikutazama kwa makini hali Sikamona haoni wala kusikia chochote. "Anaona nini?... Uoga? Kichaa? Au damu ya watu inamdhuru kama ilivyo..." alijiuliza kimoyomoyo.

Mdoe alimkatiza mawazo yake kwa kueleza kidole chake mbele huku akimnong'oneza, "Tazama."

Ndipo alipoweza kuviona vichwa viwili vya askari vikiwa vimeinuliwa kutoka manyasini vikitazama upande waliko. Kofia zao zilionyesha dhahiri kuwa walikuwa adui. Sikamona aliinua bunduki yake na kulenga kimoja cha vichwa hivyo tayari kuifyatua. Lakini Mdoe alimzuia akisema, "Hapana, ngoja."

"Kwa nini?" Alifoka kwa mnong'ono "Unajua wale ni maofisa? Wanajadili mbinu za kutuhujumu."

"Ndiyo, lakini subiri."

Walitulia wakiwatazama. Vichwa hivyo vilipozama tena ndipo Mdoe alipomgeukia mwenzake na kumnong'oneza. "Sikia Sika, mbinu zilizotumiwa na hawa jamaa ni za hatari. Hivyo vita vinavyopiganwa huko si vita kamili. Hiyo ni mbinu tu. Wamewatuma hao wenzao, pengine kikosi kidogo ili wakati tukikiangamiza, wao watuzingire na kutuangamiza pamoja na kuyateketeza makambi yetu. Hivyo, inatupasa kuangalia sana." Akasita akifikiri kwa makini. "Sika," baadaye alisema. Tuna jukumu kubwa mbele yetu. Kuangamia au kunusurika kwa kikosi chetu kunategemea akili na juhudi zetu. Hivyo, bwana, nakuomba unisikie. Nenda upesi kwenye mapambano. Mwambie kamanda hali halisi ilivyo. Mimi nitakuwa nao. Endapo wataanza mashambulio nitakuwa tayari kuwajibu. Sitaruhusu hata kibanda kimoja kiungue. Nenda."

Sikamona akashangaa, "Unawezaje kupambana peke yako na maelfu ya watu? La, tutakuwa sote. Na kama mi kwenda huko twende sote," alisema.

"Sika, nasema nenda."

Kulikuwa na kitu katika sauti ya Mdoe, kitu ambacho kilimfanya Sikamona ainue uso na kumtazama. Ndiyo, kitu hicho hicho kilikuwa katika macho yake. Kiliyafanya macho hayo kutoa nuru kali ambayo katika nafsi ya Sikamona ilikuwa amri isiyopingika. Bila kutamka neno jingine alianza kutambaa upesiupesi kurudi alikotoka.

Alikuwa hajafika mbali kabla hajasikia mlipuko wa risasi nyuma yake. Aligeuka na kuanza kurudi. Kisha alijishauri na kuamua kwenda. Amri na maarifa ya kijeshi yote yalimtoka akilini. Badala yake alijikuta akiinuka na kuanza kukimbia akisukumwa na mshindo wa bunduki nyuma yake na kuvutwa na uvumi wa risasi mbele yake.

"Simama," sauti kali toka kichakani ilimfokea.

Akasimama akitweta. Sauti za risasi zilimdhihirishia kuwa alikuwa karibu ya kuingia katika uwanja wa mapambano aliokuwa akiukimbilia. Kisha, akageuka kutazama ilikotoka sauti hiyo. Aligongana na bastola ambayo ilikuwa imeshikiliwa na askari mwenye cheo cha Koplo.

"Mikono juu," Koplo huyo alitoa amri nyingine.

Badala ya kutii Sikamona alifoka. "Afande unapoteza muda bure. Adui wako nyuma yetu wametuzingira. Nilikuwa nikienda kumpa habari mkuu wetu. Kwa hiyo mwambie hivyo. Tumezingirwa."

"Mwongo wee! Hutoroki mapambano wewe? Hutoki ulikokuwa umejificha na sasa unakwenda huko baada ya kuona adui amejitoa? Koplo alifoka akimsogelea Sikamona. "Sema ukweli. Ni ujinga kunidanganya kwani..."

"Afande," Sikamona alinguruma. "Utakuwa na haki ya kubeba hatia iwapo adui atafaulu katika mbinu yake hii. Nakuomba tena, nenda kampe mkuu wa kombania habari upesi sana. Mwambie kuna adui nyuma yetu." Baada ya kusema hayo aligeuka tena, hima kama alivyokuja na kuanza kukimbia.

"Wee! Simama!"

Sikamona hakujishughulisha wala kugeuka nyuma.

Alimkuta Mdoe kalala hatua chache toka pale alipomwacha, bunduki yake ikiwa imeishiwa risasi na sasa anapambana na adui kwa kuwatupia mabomu ya mkono. Damu zilikuwa zikimvuja shingoni, tumboni na usoni. Hali yake ilidhihirisha wazi kuwa alikuwa katika dakika za mwisho za maisha yake.

"Mdoe, unakufa!" Sikamona aliropoka baada ya kumtazama.

Ndiyo kwanza Mdoe akageuka na kumwona. "Uko hapa bado?" akauliza akifoka." Hujaenda kupeleka habari? Nenda Sika, nenda haraka."

"Tayari nimeenda na kurudi," alimjibu akitweta. "Unajua Mdoe, unahitaji kumwona daktari upesi."

"Usijali. Bado wakati."

"Haiwezekani. Lazima..." Kitu cha moto kilipenya ghafla katika paja la Sikamona na kuukomesha ubishi wake. Hima, akajilaza kikamilifu na kuiwasha bunduki yake kujibu risasi za adui ambazo zilikuwa zikidondoka huko na huko kama mvua. Iliwachukua dakika kama tano katika shughuli hiyo. Halafu, risasi za adui zikakoma ghafla. Sikamona akafamu kuwa tayari jeshi lao lilikuwa limewasili. Akainuka na kuwaona adui wakianza kutawanyika mbio kama kundi la kondoo lililovamiwa na nyuki. "Barabara," alinong'ona. "Ndiyo. Tumefanya kazi njema." Sauti ikamzindua Sikamona. Ndipo alipomkumbuka tena Mdoe. Akainama na kumtazama. Nuru ile ile iliyokuwemo katika macho yake. Kisha alikuwa akicheka. "Ilikuwa kazi njema. Wako wapi? Tazama wanavyokimbia. Wengi wao sasa ni maiti, roho zao ziko ahera. Walidhani wangetuweza kwa hila ya kike kama ile?"

Sikamona hakuweza kumsikia. Alikuwa ametishwa tena na hali ya Mdoe. Damu. Damu kila mahali. Damu usoni, damu kinywani, damu mwilini. La, hakuwa mtu wa kupona. "Mdoe twende kambini," Sika alimwambia akiinama kumwinua.

"Ya nini? Hapa nilipo pananifaa. Najiona niko nyumbani."

"Usiseme hivyo Mdoe."

"Ndiyo, niko nyumbani. Nina furaha kamili. Nitakuwa hapa hadi kima, nione kama watainuka hawa waliokusudia kutuhujumu."

"Hapana Mdoe..." alisema huku akijitahidi tena kumnyanyua. Maumivu katika paja lake yalikuwa makali, hivyo alijikuta akichechemea kwa taabu kubwa na mtu mzito kama Mdoe mgongoni. "Jikaze kidogo basi," alimwambia.

"Ya nini, Sika?... Usi... Usisumbuke. Niache tu, niko nyumbani." Sasa hata sauti yake ilikuwa imebadilika, alitamka kila neno kwa kujilazimisha. Sikamona hakumsikiliza bali alizidi kujivuta.

Walipenya msitu na kuacha kelele za vilio na ngurumo za

silaha kali nyuma yao. Wakawa wakiikaribia kambi.

"Sika... Nitue..."

Hakumsikiliza.

"Nitue Sika... nitue..." alifoka kidhaifu.

Bado Sikamona hakumkubalia.

"Haya... najua unajisumbua bure. Mimi niko nyumbani... Umekuwa mwisho mzuri... mwisho wa kiume... mwisho unaomstahili mwanaume. Au sio Sika?... Wako wapi? Wako wapi? Na wajitokeze kama wana ndevu..."

Kikafuata kimya kirefu. Sikamona aliona uzito ukizidi. "Mdoe," akaita. "Mdoe!"

Hakujibiwa. Akagutuka na kumtua chini. Mdoe alikuwa ametulia kimya, bila dalili yoyote ya maisha. Jambo lililomshangaza Sikamona ni lile tabasamu ambalo lilikuwa bado katika uso wake, tabasamu refu lenye dalili zote za faraja.

Ndipo naye alipohisi upya yale maumivu katika mguu wake wa kushoto, maumivu makali mfano wa moto unaowaka mwilini. Akafahamu kuwa alikuwa na madini ya shaba mwilini mwake. Jasho likaanza kumtoka. Juhudi zake zote za kushindana na maumivu hazikumsaidia. Akajikuta akianguka polepole na kulala kwa utulivu kando ya Mdoe.

Sura ya Kumi na Moja

ILIWASHANGAZA askari wote walioshuhudia tukio hilo, kuona maiti mbili, nje kabisa ya uwanja wa mapambano, zikiwa zimekumbatiana. Kila mmoja aliyefika katika eneo hilo aliduwaa na kutekwa na huzuni, damu ikiyashurutisha macho yake kuendelea kutazama. Baada ya muda umati mkubwa ulikwisha zizingira maiti hizo.

Kisha, jambo la ajabu zaidi likatokea. Mmoja kati ya maiti hao alionekana akifunua macho. Si hilo tu, bali ilikuwa pamoja na juhudi za maiti huyo kujiinua. Aliposhindwa alijilaza tena, lakini macho yakiwa wazi. Halafu alionekana kukumbuka jambo. Akajikongoja kuinua mikono yake na kuanza kumsukasuka maiti mwenzake.

"Mdoe, Mdoe..." aliita kwa nguvu. "La, huwezi kufa, Mdoe," alilalamika kwa sauti ya majonzi. "Mdoe, la..." sasa kilikuwa kilio.

Ndipo watazamaji walipofahamu kilichokuwa kikitokea. Mmoja alikuwa maiti, mwingine mahututi. Wakawainua mmojammoja na kumpeleka Sikamona kwa daktari. Maiti ya Mdoe, kama mashujaa wengine wote waliopoteza maisha siku hiyo, ilihifadhiwa kwa heshima kusubiri safari ya kurejeshwa nyumbani.

* * *

Sasa alipigana kishujaa, kwa moyo na nia moja. Ilikuwa baada ya kupona kwa lile jeraha lililomfanya kulazwa kwa siku kadhaa. Ari hiyo mpya haikutokana na ile sifa ya ushujaa ambayo alipewa, pamoja na Mdoe, kwa ajili ya kitendo chao ambacho kiliyaokoa maisha ya kikosi kizima na kulifanya taifa lijipatie ushindi mwingine mkubwa. Ingawa walikuwa wamevunja amri zote za kijeshi kwa kitendo chao hicho, bado walisifiwa na majina yao kuingia katika orodha ya mashujaa. Na ni kweli kuwa kila askari ambaye alipishana naye hakukosa kumtupia lile jicho lenye tabasamu inayowakilisha hadhi yake mpya. Lakini bado hiyo haikuwa sababu. Haikuwa sababu kwa kuwa alifahamu kuwa kitendo hicho ndicho kilichomleta katika uwanja wa mapambano. Hakikuwa zaidi ya wajibu ambao aliapa kuutimiza.

Wala haikuwa kwa ajili ya kumwaza Rusia na kujiambia jinsi ambavyo angemshangilia baada ya kurudi na sifa hizo. Ndiyo, angelakiwa kwa tabasamu halisi lenye husuda na hongera, ambalo lingefuatwa na sauti nzuri ikisema "Mpenzi umefanya jambo kubwa... Ipokee zawadi yako ..." Hilo lilikuwa likimfanya ajiulize swali ambalo limetamba kichwani mwake kwa muda mrefu. 'Ni zawadi gani ambayo angepewa?' Ingawa hakuifahamu aliendelea kuisubiri kwa hamu kubwa. Lakini bado hiyo haikuwa sababu ya ari yake mpya.

Hasa, ari hii ilikuwa imezuka katika nafsi yake kutokana na kifo cha Mdoe. Kumshuhudia Mdoe peke yake akiunyima umati wa adui njia ya kuingia katika kambi yao, na hatimaye kukata roho mgongoni mwake, kulimfanya azaliwe upya, upya kabisa! Alijihisi mwanamume kamili mwenye ujana kamili, mwilini na rohoni timamu. Akili yake ikapambazukiwa na jambo moja tu; kupigana. Usipopigana utakufa. Kila mara alihisi maiti ya Mdoe mgongoni mwake, ikimkumbusha kifo, pamoja na kusikia tena ile sauti yake ya mwisho yenye furaha na majivuno ikisema, *Umekuwa mwisho mzuri, mwisho wa kiume...* " Hayo yakaifukuza hofu ya kifo rohoni mwake, yakaiondoa huruma ya kike moyoni mwake, pamoja na kuzitokomeza zile ndoto za jinamizi na uoga wa damu katika moyo wake. Akajitupa katika kila pambano lililofuata kwa hasira na nia halisi, sauti ya maiti ya Mdoe ikimsukuma na kumpa ari zaidi. Alihakikisha mateka ambao waliangukia katika miguu yake wanajuta kuzaliwa kabla hajawapeleka kunakowastahili.

Leo walikuwa wamewateka askari chungu nzima wa Amini. Kati yao kulikuwa na Waarabu kadha wa kadha. Sikamona alimsogelea Mwarabu mmoja na kumchangamsha kwa teke la tumboni. "Utasema kilichokutoa kwenu na kuja kufanya uharibifu huku." Akamwambia akiongeza teke la pili. Mwarabu hakusikia Kiswahili. Badala ya kujibu, alilia kwa maumivu. "Sema kilichokuleta huku," Sikamona alimuuliza tena kwa Kiingereza huku akimtia ngumi ya kifua. Bado Mwarabu huyo hakumsikia. Lakini alipozidiwa na mapigo aliangua kilio kwa nguvu akitamka neno lililosikika kama "Gadaffi, Gadaffi."

Akamwacha huyo na kumwendea Mganda ambaye alionekana jeuri kuliko mateka wengine. Alikuwa na macho mekundu, sura ya kikatili na umbo la kinyama. Kila kiungo katika mtu huyo kilidhihirisha kuathiriwa na bangi. Alidhoofishwa na gongo pamoja na kutaabishwa kwa kila kitu ambacho ni hatari kwa maisha ya mwanadamu. Sikamona hakumchelewesha. Alimkabidhi kichwa ambacho kiliyafanya macho yake mekundu yazidi kuwa mekundu. Akamwinua na kumpiga ngumi ya pua. Kisha akamwuliza kilichomtoa kwao na kumleta Tanzania kufanya unyama. Mganda huyo alicheka, jambo ambalo lilimzidishia Sikamona hasira kali. Akamtia vibao vya mfululizo huku akisema, "Utajuta kuja Tanzania."

"Sijuti," Mganda alimjibu. "Labda nijute kuzaliwa."

"Kwani nini?" Sikamona alisita kumpiga na kumwuliza kwa mshangao.

"Nahitaji kura, nahitaji kuishi. Nisingesaliwa nisingehitaji fyote hifyo. Kwa kuwa nilisaliwa lasima niishi. Maisha ni kasi. Mimi nimekosa kila kasi isipokuwa uashikari. Uashikari ni kama mbwa. Niko tayari siku sote kufanya bwana wangu asemafyo. Anasema kamata, nakamata. Ua, naua..."

"Bwana wako nani?"

"Idd Amini."

Sikamona akazidi kushangaa. "Yaani uko tayari kuua kwa kuwa umetumwa kuua? Huna haya wala utu ili uogope kuangamiza kiumbe asiye na hatia?"

Sasa walizungumza kama marafiki.

"Utu utanisaidia nini mbere ya maisha? Haya itanipa chakura? Watu wanafanya kila kasi iri ware. Wengine wanadeki fyoo fya wensao. Wengine wanafua nguo za wensao. Mimi naua. Nahitaji mshahara. Nire."

"Unaua kwa ajili ya mshahara?"

"Asikari ni mbwa bwana."

Sikamona hakulisikia jibu lake. Alikuwa hamuulizi Mganda huyo tena, bali akijiuliza mwenyewe. Yawezekana ni kweli mtu kuua kwa ajili ya mshahara? Ni ipi thamani ya maisha basi? Labda ni kweli askari ni kama mbwa? Kama ni hivyo, wakulima na wafanyakazi maelfu kwa maelfu ambao wanataabika katika nchi mbalimbali ni wanyama gani? Punda?

Akaacha kumpiga Mganda huyo na kwenda zake huku ameinamisha kichwa kwa wingi na uzito wa maswali ambayo yalikiteka upya kichwa chake.

'Askari ni mbwa!
Wengine wanafagia vyoo, mimi nafanya hii nile!'

* * *

Halafu ikatokea. Ujumbe wa siri uliijia kambi yao usiku ukiwa na ombi la wananchi wa Uganda kwa Jeshi la Wananchi wa Tanzania, kwamba ukatili na unyama wa Iddi Amini ulikuwa umewachosha, wanaomba msaada wa kusaidiwa kuikomboa nchi yao ili watokane na makucha yake, na kuuepuka utawala wake.

Machozi ya furaha yalimtoka Sikamona kwa kule tu kufahamu jambo hilo, kwamba Waganda wameamua. 'Mdoe angesemaje iwapo angekuwa hai na kusikia habari hiyo?' alijiuliza.

Sura ya Kumi na Mbili

◉c·•··•◉

OMBI lilikuwa limekubaliwa.

Hivyo, waliingia Uganda mchanamchana, wakifuata barabara na kupenya misitu. Ilimshangaza Sikamona alipoona raia wa huko wakiwalaki kwa shangwe na vigelegele huku wakiwatupia maua na kuwaita "Wakombozi". Haikuwa kuwalaki tu, bali pamoja na kuwaongoza katika maficho yote ya askari wa Amini pamoja na vijana waliojiunga na 'Jeshi la Ukombozi'

Kilichomshangaza zaidi ni ile furaha waliyokuwa nayo wazee wa huko kila walipokutana na askari wa Tanzania. Walionyesha kuridhika kwa kila kiasi kwamba iliwabidi kuutamka mshangao wao kwa maneno.

"Wana adabu, wana heshima..."

"Ndiyo, na upendo pia. Uliona walivyombeba mzee Mukasa alipojeruhiwa na bomu walilotega askari wa nduli?"

"Si hilo tu, ona wanavyotusalimu kwa adabu. Ona wanavyotoa shikamoo kwa raia... Uliwahi kuona askari wetu akifanya hivyo?"

Shukrani na moyo huo wa Waganda ukazidisha ari na upendo katika mioyo ya Watanzania. Wakajikuta wakipigana bila ya kujiuliza wanampigania nani. Kazi ikawa rahisi kuliko ambavyo ingestahili kuwa, kwani ilikuwa kama kusafishasafisha askari ambao sio kwamba walikuwa na imani kwa Iddi Amini bali walitegemea hongo aliyokuwa akiwapa kwa kuiita mshahara.

Baada ya miezi kadhaa wakawa wameitapakaa Uganda nzima kama nyuki walioingia katika mzinga usiowatosha. Amini akasikika akilalamika, mara atakuja Tanzania kuomba radhi, mara Umoja wa Mataifa uingilie kati, lakini ilikuwa kazi bure.

Kama ambavyo alikuwa akichekelea ukatili wake dhidi ya Waganda, ndivyo dunia ilivyotulia ikimcheka.

* * *

'Kazi mliyotutuma tumeimaliza,' Sikamona alijisikia akisema. Alikuwa ameegemea mti mkubwa, mbele ya nyumba ya Iddi Amini katika kijiji cha Gulu, kijijini kwao baada ya kusafisha nchi nzima. Baada ya kuikomboa Uganda dhidi ya utawala haramu wa kinyama ambao uliathiri maisha na uchumi kwa muda wa miaka minane, kazi ilikuwa imekwisha ila tu kulikuwa na mabaki ambayo yalikuwa yamehama miji na kujificha misituni. Hawa walijipenyeza mijini mara kwa mara na kufanya uhuni ambao hawakuona aibu kuuita, "Kuikomboa nchi kutoka Tanzania." Tatizo hili halikumtia wasiwasi Sikamona. Lilikuwa jambo la kutegemea. Kila vita huwa na mabaki ya aina hii, yakitumia nafasi hii kujineemesha na kujitajirisha huku wakisema hili na lile. Hivyo, Sikamona alifahamu dhahiri kuwa hii haikuwa sababu ya kumnyima furaha.

Lakini hakuwa na furaha.

Hakuwa na furaha kama ile ambayo ingemstahili kuwa nayo baada ya ushindi mkubwa kama huu. "Kwa nini?" alijiuliza. Ushindi si jambo dogo. Hasa ushindi dhidi ya kiumbe kama Iddi Amini, kiumbe mwenye sifa za unyama dunia nzima, kiumbe ambaye ulimwengu mzima umeona na kushuhudia alivyoitaabisha Uganda na kuwababaisha majirani. Nchi ngapi ziliitumia serikali ya Tanzania salamu za pongezi, zikionyesha furaha yao kwa kuanguka kwa fashisti huyo? Haiyumkini ushindi huu uliifurahisha dunia kwani ulihitajika na dunia nzima.

Hata hivyo, bado hakujisikia mwenye furaha.

Kwa nini? Ama hali hii ilitokana na kule kupona kwa Iddi Amini? Alikuwa ametoroka na kuanza maisha ya udobi katika nchi mojawapo ya Kiarabu. Hakuna mtu yeyote aliyependa kuliona jambo hilo likitokea. Lakini alipona, baada ya kuyapotosha matumaini ya watu na kuwafanya Waganda wote kutapatapa wakielekea huko na huko, akiwachezesha kama wanawe.

Kwa nini dunia inakuwa hivi? Mtu mmoja, binadamu wa kawaida kama watu wengine, vipi apate uhuru na nguvu ya kuifanya nchi nzima apendavyo? Vipi ajaliwe uwezo wa kuyatawala maisha ya watu, kunyanyasa starehe zao na kukomesha haja zao za maendeleo? Vipi abahatike kupata amri juu ya kuishi na kufa, uwezo juu ya uananchi wa kila mwananchi na mamlaka katika kila jambo atendalo?

Baada ya kuchekelea vifo na maisha ya watu wenye dhila, sasa mtu huyo huyo, yuko salama u salimini. Hana shaka yoyote, hofu ya mlo wa kesho, wala dhiki ya mavazi. Waliokufa wengine, wanaotaabika wengine... Labda kweli askari ni mbwa...

Kwa vipi ? Askari ni kama watu wengine, mwananchi kama alivyo kila mwananchi. Kama kijana basi yu kijana wa taifa, mtoto wa mkulima au mfanyakazi. Kama taifa linaathiriwa na ujinga, umaskini na maradhi basi athari hizo humkumba askari kama zimkumbavyo kila mwananchi. Hayo Sikamona aliyafahamu kitambo, kitambo sana, kabla ya Amini kuivamia nchi. Na ni hilo ambalo lilimfanya aingie jeshini. Hakuwa mwanajeshi. Lakini alifahamu fika kuwa maslahi yake yalimtaka kuyalinda, kama mwananchi, kama mmoja miongoni mwa wote ambao wanayategemea maslahi hayo.

Na askari wa Amini je?

Hapo alijisahihisha mara moja. Alikuwa amekosea. Tafsiri aliyoitoa ilikuwa tafsiri ya askari wa Tanzania. JW "Jeshi la Wananchi," tafsiri halisi kwa maneno na vitendo. Hayo aliyathibitisha kwa macho yake mwenyewe baada ya kushuhudia Waganda wanavyowalaki kwa nyimbo na maua.

Ndiyo, tafsiri hiyo haikuwahusu askari wa Amini kamwe. Iddi Amini alikuwa nduli. Alikuwa na kiu kubwa ya kunyanyasa na kutesa. Uwezo wa kutimiza kiu yake hiyo hakuwa nao. Alihitaji msaada. Ndipo alipogeuza jeshi la nchi kuwa watumwa wake baada ya kuua waliopinga ujeuri huo na kuajiri aliodhani wangemfaa katika kiu yake. Aliliamrisha jeshi kuwa sugu katika kuwakandamiza raia, kukomesha nia zao za kujiinua pamoja na kuwasumbua jirani. Kama mbwa wa tajiri, akawashibisha askari hawa kwa vinono zaidi ya chakula cha watu. Akawahonga si malipo tu, bali pamoja na maneno ya uongo hata wakaishiwa aibu na kuwa kama mahawara wasio na aibu wala hofu mbele ya wazazi wao. Wakayafanya yote ambayo bwana wao aliwaamuru kutenda. Hata hivyo, damu nzito kuliko maji. Si haba waliougundua upotovu wao, wakalitoroka jeshi lake hilo na kwenda kuishi ugenini. Waliosalia miongoni mwao ndio wale waliojiunga na jeshi la ukombozi.

Wala si jeshi tu ambao Amini aliwageuza mahawara wake. Viongozi wake wote aliwalazimisha kuifumbia macho haki na halali, wakawa viziwi wasisikie malalamiko na vilio. Hivyo, mkulima akaendelea kuwa mtumwa katika nchi yake mwenyewe, akivuna mavuno mengi na kuambulia faida duni, akifanya kazi ngumu na kulazimika kuona jasho lao likiwastarehesha 'wateule' wachache. Kadhalika, mfanyakazi akawa punda asiyejua kuchoka wala kuhitaji malipo halali. Alikesha viwandani na kushinda juani akizalisha faida kubwa ambayo ilimnenepesha Amini, kuimairisha jeshi lake na kuwastarehesha mabwana zake ndani na nje ya nchi. Hayo pamoja na kule kuiweka Uganda nzima katika jehanamu isiyopungua vilio na maombolezo ndicho kisa cha vita. Ndicho kisa kilichoifanya Tanzania isisite kuwaunga mkono Waganda. Ndicho kisa cha adhabu aliyoipata Amini adhabu ya kipigo ambacho kamwe kisingemtoka katika fikra na ndoto zake; kipigo ambacho kimeihakikishia dunia kwamba Waganda walikuwa tayari kununua upya uhuru wao hata kwa bei ya damu. Na kwamba Tanzania ilidhamiria kuleta mapinduzi ya kweli nchini na barani Afrika kwa gharama yoyote, gharama zote; jasho, damu, maisha...

Mdoe!

Umbo na sura yake vilimrudia Sikamona akilini tena. Siku zote kila alipowaza juu ya vita na ukombozi, sura ya Mdoe haikukosa kumjia akilini. Alimwona katika kila hali, mara akiwacheka maadui baada ya kuwazuia kuingia kambini, mara akifoka aliposema '...*anastahili kipigo*,' na pengine ilimjia ile sauti yake ya mwisho aliponong'ona 'Umekuwa mwisho wa kiume ...' Hayo yalimfanya Sikamona ajikute akizidi kumheshimu siku baada ya siku na kuuthamini mchango wake katika kuilinda nchi na kuitetea haki ya Waganda; mchango usiosahaulika, mchango wa maisha, mchango wa uhai kwa hiari!

Nani mwingine anayestahili kuitwa shujaa zaidi ya mtu kama huyu? Mtu ambaye alikuwa tayari kuyapoteza maisha yake kwa ajili ya watu! Kwa ajili ya maslahi, mahitaji na matumaini yao? Mtu ambaye alizaliwa katika ukoo maskini, akaathiriwa na umaskini na siasa potovu; kisha akaona nuru ikitokea, tumaini la mnyonge, akaitumaini nuru hii na kuanza

kuonja matunda yake; kisha giza likatishia kuizima, akaiacha
nuru na matumaini na kulipinga giza hata likakubali kuwa
limepingwa. Kwa bei ya maisha yake ameinunua nuru upya.
Si kwa manufaa yake bali kwa manufaa ya watu wengine, kwa
faida ya maisha yao ya baadaye. Kama si ushujaa ni nini basi?

Kuna watu wengi ambao majina yao yanaishi miongoni
mwa watu, kwa ajili ya kujitoa kulisaidia taifa. Akina Lumumba
wa Zaire, Nguabi wa Kongo, Mkwawa wa Tanzania, Mao wa
China, Lenin wa Urusi, na kadhalika, wengi mno. Wote
hao majina yao yanaishi kwani matendo yao yalikuwa nuru
iliyokusudia kuleta ufanisi palipodorora, faraja penye dhiki
na shibe penye njaa. Orodha ya majina yao imo katika fikara
za dunia. Jina la Mdoe lilikwishaingia katika kurasa hizo.
Sikamona aliendelea kujikumbusha.

Damu ni nzito kuliko maji. Thamani ya damu ni kubwa,
kubwa machoni pa mwanadamu na Mungu. Haikadiriki.
Hakuna aijuaye bei yake. Kama kuichezea damu hiyo,
kuchezea maisha, kama alivyofanya Iddi Amini ni dhambi
isiyosameheka. Si wazi kuitetea damu na maisha; ni
utukufu usiosahaulika? Tanzania ni nchi maskini. Pamoja
na umaskini wake imejijengea misingi ya siasa ambayo kila
mwananchi ataufurahia uananchi wake. Azimio la Arusha ni
njia inayomwelekeza huko Mtanzania.

Ingawa bado tumo njiani, mafanikio ambayo
yamekwishafikiwa si haba. Yamewafanya si waanze
kuyafurahia matunda ya uhuru wao tu, bali pamoja na
kuwahurumia jirani ambao walitaabishwa zaidi ya wakimbizi
katika nchi zao wenyewe.

Hatimaye, wakawahurumia na kuliafiki ombi lao. Baadhi
ikawalazimu kufa, akina Mdoe na wenzake. Huu si upendo
usio na kifani? Kuacha maisha yenye matumaini! Kuacha

uhai kwa ajili ya jirani ili kukomesha mkondo wa damu isiyo na hatia uliokuwa umechimbwa na Amini.

Wameukausha! Wameukomesha!

Kwa damu yao! Damu isiyo na hatia!

Kama kupanda mbegu ya haki na upendo katika bahari iliyojaa uonevu, chuki na kukata tamaa!

Sura ya Kumi na Tatu

●‑C‑●‑·‑●‑●‑●

NAAM. Damu ya Mdoe na wote waliolala katika ardhi ya Uganda haikuwa imepotea bure. Ilikuwa mbegu. Hayo Sikamona aliyafahamu. Lakini bado hakujisikia mwenye furaha kama alivyodhani ingemstahili. Kwa nini? Hakulijua jibu. Pengine furaha hiyo ingekamilika wakati ambapo mbegu hiyo waliyoipanda ingetoa matunda, na matunda hayo kuonekana na kila mtu na kuwashibisha! kweli bei ya damu haikadiriki, wala hakuna aijuaye thamani yake.

Akaendelea kuuegemea mti, akiitazama nyumba ya mkimbizi Amini tena na tena. 'Baada ya siku itakuwa gofu,' alijiambia akitabasamu kimoyomoyo. Mchana ukatoweka na usiku ukaingia. Akainuka na kujivuta kambini kwao ambako alipata chakula cha usiku. Usiku wa leo ulikuwa usiku wake wa zamu. Akajivuta hadi mahali pa zamu ambapo alijificha na kutulia akitazama huko na huko.

Kwa Sikamona ulikuwa usiku mrefu, tena wenye kiza kinene zaidi ya kawaida. Hivyo, ilimlazimu kuangalia kwa makini ili aweze kutimiza wajibu uliomleta hapa. Si kutazama tu. Ilikuwa pamoja na kushindana na usingizi ambao uliyatongoza macho yake mara kwa mara. Mawazo yake yakamwacha Amini na ukimbizi wake na kurudi nyumbani, Tanzania. Akawafikiria wazazi wake, akijiuliza watafurahi kiasi gani pindi watakapomwona akirejea salama, mzima sana, isipokuwa kovu dogo la ile risasi iliyomjeruhi paja! Kovu hilo kuwepo katika paja lake ilikuwa kumbukumbu ambayo kamwe isingefutika, kama shahada ya ushujaa wake.

Halafu akamkumbuka Rusia. Furaha iliyoje pindi watakapoonana tena? Watakumbatiana, watacheka, watashangilia! Atapokelewa kwa lile tabasamu lake makini linalofariji na kuburudisha. Zaidi ya yote atapewa zawadi yake 'ya ushindi.' 'Zawadi... Ni zawadi ipi ambayo Rusia alikusudia kumpa?' Alijiuliza tena swali hilo. Angepewa kitu gani? Hakuwa na jibu. Badala yake alijisikia ile hamu ya kurejea nyumbani ikimkumba kwa nguvu zaidi. Alitamani aondoke dakika hiyo hiyo, apae na kuraka hadi nyumbani. Ndiyo, akatue katika kifua cha Rusia. Lakini akaishia kuhuzunika kwa jinsi jambo hili lilivyokuwa mbali na uwezo wake. Angeruka hapo tu atakapoamriwa kufanya hivyo, siku chache zijazo. Hata hivyo, asingeruka kwa mbawa zake bali ingekuwa safari ndefu ya gari.

Aligutuka ghafla. Alihisi ameona kitu kikitambaa katikati ya giza. Akayakaza macho yake kwa makini. La, hakuona chochote. Haiyumkini? Alikuwa amewaza tu. Akaendelea kuwaza hili na lile, akifika huku na kule na kuonana na kila aliyemtaka, kimawazo. Kisha alihisi kuona kitu tena. Akayalazimisha macho yake kushindana na giza na kulivuka. Naam, hakukosea. Kivuli cha mtu kilionekana kikipenya katikati ya giza hilo, polepole kama wingu. Alikuwa akitoka katika kambi yao! Sikamona alishuku mara moja kuwa huyu hakuwa rafiki wala askari mwenzao. Rafiki asingewatembelea katika muda kama huu na askari mwenzao asingetembea kwa mwendo huu bila mlinzi kuwa na taarifa. Akainua bunduki yake na kumlenga huku akipanua mdomo na kutaka kusema 'Simama!' Lakini aliiteremsha bunduki hiyo mara moja baada ya kupata wazo jingine.

Bila shaka huyu ni adui, aliwaza. Kama ni hivyo alikuwa ameingilia katika kambi zao kwa upelelezi, ikiwa na maana kuwa alikuwa amegundua yote aliyohitaji kuyagundua na alikuwa akielekea kuyawasilisha kwa wakubwa wake. Hivyo, kumwua kusingemaliza ukorofi wao. Haja ilikuwa kung'oa mzizi wa fitina, kumaliza vitisho kabisa ili Waganda wapate uhuru wao na kuijenga upya nchi yao. Hivyo, badala ya kumuua alimwacha ili awe daraja ambalo lingemwezesha kuyafikia maficho yao. Ni wazo hilo ambalo lilimfanya aache kumpiga risasi na badala yake ayaache maficho yake na kuanza kumnyatia kwa hadhari na uangalifu kama paka anayemnyemelea panya. Sikamona alifahamu fika kuwa alikuwa akivunja amri zote za jeshi, kuchukua uamuzi huo bila ruhusa. Lakini hakuona kama kulikuwepo na wasaa wa kungoja ruhusa.

Waliandamana kwa muda mrefu. Wakauacha mji na kuanza kufuata kichochoro kilichowaelekeza msituni. Hapo Sikamona aligutuka. Aingie porini? Vipi kama angepotea ama kujikuta katokeza katika umati wa adui? Ni lipi ambalo angefanya kuyaokoa maisha yake? Akaanza kuulaumu uamuzi wake. Labda ingembidi kumwarifu mkuu wa kombania ili wawafuate pamoja! Lakini huo muda angeupata wapi? Akasita, akiwa hajaamua kama ilimlazimu kuendelea au la.

'Tulieni... sikilizeni muone vijana wetu watafanya nini...' Maneno ya Rais na Amiri Jeshi Mkuu, Mwalimu Nyerere, yalimjia akilini. Ni nani kijana zaidi yake? Ni kipi wananchi watakachosikia zaidi ya kitendo kama hiki?

'...Umekuwa mwisho mzuri... mwisho wa kiume... mwisho anaomstahili mwanaume...'

"si maneno tu aliyohisi kuyasikia bali pamoja na umbo zima la Mdoe likitamka kwa majivuno na faraja.

'...Utarudi salama... Ndipo nitakapokukabidhi zawadi ya ushindi...' Kadhalika, hakuyasikia maneno ya Rusia tu, bali ilikuwa pamoja na kuhisi uso wake mchangamfu ukimtazama kwa tabasamu. Hayo, kama hirizi ya usalama wake ama taji la ushujaa wake, yakamfanya aanze kumfuata adui huyo kwa moyo wenye ari na matumaini.

Hakukubali kumpoteza. Wala hakuwa tayari adui huyo afahamu kuwa anafuatwa. Alimnyemelea, akijitahidi kadiri ya uwezo wake kuepuka kukanyaga vijiti, visiki na kutumbukia katika korongo. Akaushukuru ujuzi na mazowea yake ya kutembea porini. Zaidi ya yote alilishukuru giza. Zamani alipokuwa mdogo alilichukia na kuliogopa, sasa alilitegemea na kuliona rafiki mkubwa.

Baada ya mwendo wa kutosha waliwasili katika kambi yao. Ingawa giza halikumruhusu kuona, hakushindwa kugundua vibanda vyao vilivyojengwa huko na huko. Kisha, aliweza kuona vichwa vya watu waliokuwa wamesimama hatua kadhaa mbele yake. Walikuwa wakizungumza kwa kunong'ona, asingeweza kusogea tena pasi ya kuonekana. Hivyo, alijifutika katika kichaka huku akimtazama kiongozi wao ambaye aliingia katika kundi hilo. Alihisi wakimlaki kwa shangwe. Akawasikia wakinong'onezana maneno kadhaa. Alihuzunika kwa kuwa mbali kiasi cha kutoweza kusikia walichokuwa wakizungumza. Kitu kimoja alikuwa na hakika nacho, kwamba maongezi yao yote yalikusudia kuwaangamiza wao. Laiti angeisikia mipango yao! Akasaga meno kwa uchungu.

Halafu alifahamu kilichokuwa kikipangwa. Hujuma hiyo ilikuwa ikipangwa kufanyika muda huo huo! Aliyagundua hayo baada ya kuona vikosi vikitayarishwa na kupangwa tayari. Asingeruhusu hilo litokee, kuacha kikosi chao, ama kijiji hicho, kivamiwe ghafla. Ni hilo alilofuata kulikomesha. Hivyo, bila ya kufikiri kwa mara ya pili aliinua bunduki yake na kupiga risasi juu kwa namna ya kuwatahadharisha askari wenzake waliobaki kambini. Mlipuko wa bunduki yake uliwafanya adui wote waduwae na kubaki kimya kwa muda. Lakini mlipuko huohuo uliyafichua maficho yake. Hivyo, wakati adui hao wameduwaa yeye aliinuka na kuanza kukimbia. Hakupiga hatua tatu kabla adui mmoja kuanza kumfuata mbio. Alikuwa adui mwenye mbio nyingi, labda kwa ajili ya kuwa mwenyeji katika msitu huo, kila hatua yake moja alizidi kumkaribia Sikamona. Ndipo Sikamona alipoona kukimbia kusingemfikisha popote. Akasimama na kumgeukia. Adui alipomkaribia alimpiga risasi na kuanza kukimbia tena. Lakini sasa alikuwa akifuatwa na kundi zima. Alijua asingefika mbali. Hivyo, aligeuka kuwakabili, hakuwa na muda wa kulala chini. Hakuwa na nafasi ya kufanya hivyo. Wima, kama kisiki, akaiwasha bunduki yake na kuwamiminia adui risasi bila hata ya kulenga shabaha. Wengi walianguka ama kufa, wengi wakageuka na kukimbia, lakini wengi pia walizidi kumjia kwa uchu kama kundi la mbwa mwitu lililomfumania mwanakondoo. Hatimaye, risasi zikamwishia. Alifahamu kukimbia kusingemsaidia. Hivyo, alijitosa katika genge la maadui na kuanza kuwapiga kwa singe. Haikumchukua muda kabla hajajikuta angani akipigwa kwa kitako cha bunduki hii na kudakwa kwa singe ile.

Maumivu aliyoyasikia hayakuwa na kifani. Hata hivyo, aliyasikia kwa muda mfupi tu kwani dakika chache baadaye, badala ya kuelea hewani, alijisikia akididimia polepole katika shimo refu lenye kiza kinene.

Sura ya Kumi na Nne

❂❀❈❀•❀❀❂

ALIPOZINDUKA alijikuta kalala juu ya kitanda katika chumba chenye harufu tofauti na ile aliyoizoea; harufu ya mchanganyiko wa dawa. Uso wake mzima ulikuwa umefunikwa kwa bandeji nzito ambazo zilimzingira hadi mikononi na kifuani. Alipojaribu kujigeuza alalie ubavu alipambana na maumivu makali, maumivu ambayo yalimfanya akikumbuke kile kipigo alichokipata kutoka kwa adui. "Niko wapi?" aliuliza.

"Kampala. Hospitali," sauti ilimjibu.

Alipogeuka kuangalia, macho yake yaligongana na yale ya Brigedia wake, Chunga. Akagutuka kidogo kwani hakutegemea. Akajaribu kuinua mkono ampigie saluti lakini hakufanikiwa.

"Usisumbuke Sikamona," Brigedia alimjibu akitabasamu. "Unahitaji kupumzika kwa muda," akasita. Kisha alianza tena, "Umekuwa hapa hospitali bila fahamu kwa siku tatu. Kwa kweli, tulianza kukata tamaa. Sasa hamna shaka kuwa utapona." Akasita tena. Kisha akaendelea, "Kitendo chako kamwe hakitasahaulika. Licha ya kuokoa maisha yetu, kilituwezesha kuwaangamiza adui ambao walikuwa wakitusumbua sana. Hata hivyo, bado hatujafahamu uliwezaje kufahamu kambi zao ziliko na kwa nini ulianza kupambana nao peke yako."

Sikamona angependa kueleza yote, tangu alivyomwona adui, alivyomfuata na hata alipofyatua bunduki ya kuwatahadharisha. Hata hivyo, kwa ajili ya maumivu makali aliishia kuongea machache tu. Brigedia alisikiliza kila kitu kwa furaha, huku kasahau tabasamu usoni kwake. Baada ya kusikia yote alitikisa kichwa na kusema. "Ujasiri wako hautasahauliwa. Laiti kila kijana wa Kitanzania angekuwa na roho yenye uamuzi na nia kama yako! Nasikitika tulichelewa kidogo kufika hapo ambapo ulikuwa umewadhibiti adui. Hata hivyo, tulifanikiwa kuwateka wote wale ambao walikuwa wamekuzingira na kukukanyagakanyaga kama vifaru wenye vichaa. Nadhani watajuta milele kwa ujinga wao wa kusahau yote waliyostahili kuyakumbuka na badala yake kukuvamia wewe.

Sikamona hakuyasikia yote. Uchungu mkali ulimrudia tena. Vitu kama nyundo vilimpiga kichwani. Ghafla akajiona akididimia tena katika lile shimo refu lenye kiza cha kutisha.

* * *

Sasa alikuwa hajambo kiasi. Aliweza kukiacha kitanda chake na kujikongoja hatua chache nje ya jengo la hospitali. Aliweza hata kula mwenyewe, ingawa alipata matatizo katika kulenga mdomoni na kutafuna. Alidhani hayo yalisababishwa na plasta zilizomzingira usoni, hivyo yangetoweka mara tu zitakapoondolewa.

Askari wengi walimjia kumpa pole na hongera, wengi sana, wadogo kwa wakubwa. Wote walikifurahia kitendo chake na kumwomba awasimulie tena na tena alivyofaulu peke yake kuwakabili maadui wengi kiasi kile. Lakini Sikamona hakuwa tayari kufanya hivyo. Asingekubali kurejea tena katika ndoto hiyo ya kutisha. Badala yake alikuwa akijiuliza vipi alinusurika katika mapambano chungu nzima, makali mno na kuja kuhatarika katika pambano dogo la mwisho kama hili. Miongoni mwa mapambano hayo ambayo kamwe yasingetoweka katika fikra za Amini na vikaragosi wake ni pamoja na kile kipigo cha Kagera *"Kumtoa Nyoka Nyumbani"*, kile cha Lukaya *"Asiyesikia la Mkuu"*, kile cha Entebbe *"Joka Limekatwa Kiwiliwili"* na kile cha Kampala *"Kupondaponda Kichwa cha Joka.* " Yote hayo alishiriki kikamilifu na kuokoka isipokuwa hili. Hata hivyo, huku pia si kupona? Alijikumbusha. Kwani kupona ni nini? Haja si kuweka jina katika historia? Yeye ameongeza uzito wa jina lake katika kurasa za historia!

* * *

Halafu akawa amepona. Bandeji zikaondolewa na akaruhusiwa kuondoka. Akajisikia furaha kuvaa tena magwanda yake badala ya kanzu za hospitali. Akainua mkono wake ili auguse uso wake ambao alikuwa hajaugusa kwa muda mrefu. Alichokigusa kilimtisha. Alihisi kushika kitu zaidi ya uso wake, kitu baki kabisa, kitu kikavu na kilichokwangua kama kisiki. Ni kitu gani?

Akagutuka. Hofu ilimshauri kutoka nje upesi. Huko pia alikutana na muujiza. Watu wote aliofahamiana nao si kwamba walimtazama kwa hofu na mshangao tu, bali pamoja na dalili zote za kutomjua. Akaduwaa kwa muda, kisha alirejea ndani upesi upesi. "Kioo," alifoka akiangaza huko na huko. Ndipo alipokumbuka kioo kilichokuwa bafuni. Hima, akaelekea huko. Alipofika akasimama mbele ya kioo na kujitazama. Mbele yake alimwona mwanajeshi mwingine kasimama akimtazama. Kilichomshangaza ni uso wa mtu huyo. Hakujua kama ulistahili kuitwa uso au vipi. Ulikuwa kama kinyago ambacho kilichongwa kwa makosa, kinyago chenye kovu zito na jeusi nusu ya uso mzima jicho moja, hali la pili limetoweka na nafasi yake kuchukuliwa na kovu hilo, pua lililopondwa na nusu iliyosalia kuinamia upande, mdomo wa juu ukiwa umeng'oka, hali wa chini umerudishwa kwa kushonwa na shavu ambalo lilisinyaa na kukauka kabisa.

Kwa mshangao, Sikamona aliinua mkono kukuna kichwa. Akashangaa zaidi alipoona mtu huyo akifanya vivyo hivyo. Kisha akaelewa. Alikuwa akijitazama mwenyewe katika kioo. Mtu huyo wa kutisha alikuwa yeye!

Ndipo alipoangua kicheko na kuondoka.

Alipofika kambini kwake, alilakiwa na nyuso zile zile na mshangao. Hakujali. Alicheka na kuingia hemani ambamo alipata silaha na kutoka tena haraka. Alifuata njia ile ile ambayo alimnyemelea yule adui. Akafuata uchochoro ule ule. Hatimaye, akawasili katika msitu wenyewe. Aliufahamu kwa kuona miti ilivyoumia kwa ukali wa risasi. Ni hapo ambapo aliupoteza uso wake. Ni hapo pia ambapo alikusudia kuupoteza uhai wake. Vinginevyo angewezaje kuishi katika hali kama hii? Angewezaje kustahimili mishangao ya watu? Angewezaje kutazamana na watu waliomjua? Ndugu zake, rafiki zake na zaidi ya wote Rusia! Mpenzi wake.

Alifahamu fika kuwa amekwisha mpoteza. Huu si uso ambao ulimfanya Rusia ampende. Hivyo, ni uso ambao utamfanya amdharau. Akajaribu kujikumbuka sura yake ilivyokuwa. Hakuweza kuikumbuka. Ilikuwa imekwishamtoka hata akilini. Alichofahamu peke yake ni kwamba alikuwa na sura nzuri, sura iliyowavutia wasichana na kuwababaisha akina mama, sura ambayo ilimfanya Rusia ampende tangu walipoonana kwa mara ya kwanza. Mara ngapi aliwaona wasichana wakimtazama kwa tamaa? Mara ngapi aliwafumania akina mama wakiteta kuwa ana sura nzuri? Ni yupi tena atakayemtazama kwa namna hiyo? Nani atakayewaza kuwa aliwahi kuwa na sura nzuri? Amepoteza kila kitu. Ameupoteza uzuri, ameupoteza ujana na amempoteza mpenzi.

Jioni ile ambayo kamwe huwa haimtoki akilini ikamrudia tena mawazoni.

Alikuwa amejilaza juu ya kitanda chake akisikiliza redio.

Kisha, ikamjia ile hamu yake siku zote, hamu ya kumwona Rusia. Alikurupuka kutoka kitandani hapo na kumfuata nyumbani. Kwa bahati walikutana njiani. Rusia alikuwa akimjia, pengine kwa kiu ya kumwona vilevile. Wakarudi hali wameshikana mikono, maongezi na tabasamu za Rusia ziliifanya safari yao kuwa fupi zaidi. Walipofika ndani Rusia alijitupa kitandani kujipumzisha. Sikamona akamfuata na kujilaza mbele yake. Kama kawaida tabasamu la Rusia lilimlaki. "Joto," Sikamona alinong'ona akivua nguo zake. "Vipi ukilivua hilo gauni Rusia?" Rusia akatii. Ngozi yake laini, nyeusi ilimeremeta kwa namna ambayo iliufanya moyo wa Sikamona upoteze baadhi ya mapigo. Uso wake vilevile, ukisaidiwa na tabasamu laini, ulimfanya aonekane si malaika mzuri tu, bali pia ua zuri lililochanua ambalo lilialika nyuki na vipepeo. Yeye alijisikia kama nyuki anayealikwa. Subira ikamtoka. Akajikuta akimsogelea Rusia na kumkumbatia. Joto la mwili na ngozi laini, matiti yake mororo kifuani na tabasamu lake vilimfanya Sikamona ajihisi mwili wake ukitaka kutoka nje ya ngozi yake. Akapiga hatua ya pili. "La, la, la, Sika, tafadhali..." Rusia alisema bila ya kumsukuma. Sauti yake haikuwa na hasira, lakini tabasamu lilikuwa limeuacha uso wake.

"Tafadhali Rusia."

"Hapana. Sio leo, Sika.'"

"Kwa nini?" Sauti yake ilikuwa na uchungu. Rusia alimtumbulia macho yaliyojaa aibu. Kisha akamwuliza kwa sauti ndogo, "Hujui mwenzio bado bikira?" Maelezo ambayo yalimfanya Sikamona si azidi kumpenda tu, bali pamoja na kumheshimu kuliko wasichana wote aliowafahamu. Akaahirisha chochote alichokusudia kukifanya. Ndipo tabasamu la Rusia liliporejea. Likamfariji. Wakatulia hali wamekumbatiana, wakiisubiri siku halali kwao wote."

Kumbe haitatokea siku hiyo. Mapenzi yao yalikuwa yamefikia ukingoni. Ilikuwa kama ndoto, ndoto nzuri ya kupendeza, lakini ndoto ambayo ingeendelea kuwa ndoto. Siku hiyo ingesalia kama kumbukumbu tu katika maisha yake, kumbukumbu katika roho yake. Kumbukumbu ambayo itaandamana naye kaburini na kuishi naye huko kuzimu.

Akairekebisha bunduki yake na kuielekeza kichwani kwake. Akajiandaa kuifyatua. "Kwa heri dunia, kwaheri Rusia..."

"Sikamona."

Sauti hiyo. kali yenye amri, ilimfanya asite kuifyatua bunduki yake na kugeuka. Alikutana na uso wa Brigedia Chungu pamoja na askari watatu nyuma yake.

"Usifanye hivyo Sikamona," Brigedia alisema walipomfikia. "Sisi tumekuchukulia kama shujaa wetu. Lakini unataka kuuharibu ushujaa wako kwa kujiua. Kujiua ni kitendo cha uoga. Ni tabia ya kukata tamaa. Wewe umekwisha udhihirisha ushujaa wako. Umewashinda maadui zako. Vipi uipoteze heshima yako, kijana? Usiliharibu bure jina lako, bwana mdogo. Huna sababu ya kufanya hivyo. Tafadhali turudi kambini." Sikamona akageuka na kuwafuata.

Hakuna sababu ya kujiua? Pengine sura hii mpya ni shahada ya kazi aliyoifanya? Rusia amemkosa, amempoteza. Hayo hakuwa na shaka nayo. Ambacho hakupenda ni kuyaona machozi yake. Asingekuwa tayari kushuhudia maombolezo ya kifo cha mapenzi yao. Hivyo alikata kauli atamkwepa Rusia maisha yake yote.

Sura ya Kumi na Tano

HATIMAYE, ule wakati ambao aliuogopa na kuuhofia kuliko nyakati zote ukawa umewadia, wakati wa kukutana macho kwa macho na Rusia akiwa katika hali hii, wakati ambao hakutaka utokee.

Lakini kumbe hofu yake ilikuwa ya bure. Haikutokea kama alivyotegemea. Rusia si kwamba asingemkubali tu, bali alikuwa amemdharau kiasi cha kumcheka hadharani. Hayo yaliuzidisha msiba wake rohoni na moyoni. Yako wapi machozi ambayo alitarajia kuyaona katika uso wake? Iko wapi huzuni ambayo alidhani ingemkumba? Alikuwa amekosea. Alikosea kila alilitoliwaza. Uchungu wa kujua hilo ndio uliomfanya aanguke na kuzirai. Aliporudiwa na fahamu alishangaa kumwona Rusia bado kasimama pale pale akimtazama.

"Rusia... Kweli Rusia unanicheka?" alifoka kwa sauti kubwa.

"Si kitu. Sio kosa langu wala lako. Nakuomba jambo moja la mwisho, ondoka mbele yangu na hakikisha hatuonani tena maishani. Nenda."

Maneno ya Sikamona yakazidi kumshangaza Rusia. Amekuwaje? Akajiuliza. Siku zote, tangu Sikamona alipoondoka amekuwa akiisubiri dakika hii kwa njaa kubwa, dakika ya kukutana naye tena. Aligundua hilo mara tu baada ya kuondoka kwake. Wala haikuwa hilo peke yake, bali pamoja na kufahamu kikamilifu kuwa asingeona faraja yoyote katika maisha, pasi ya kuwa na Sikamona.

Zamani, kabla hajakutana naye, aliishi katika dunia yake

peke yake, dunia isiyo na haja ya mpenzi wala mapenzi. Katika dunia hiyo vijana kadha wa kadha wenye kila hali, wakitumia kila aina ya lugha, walimjia na kumtaka mapenzi. Hakukubali. Hakukubali, si kwa kuwa hakutaka tu, bali kwa sababu hakuona hata hicho walichokitaka ni kipi. Maneno yao ya kumbembeleza, yalipozidi ndivyo alivyozidi kuwachukia. Vitendo vyao vya kumwonyesha mapenzi yeye vilimfanya awakinai na kuwaona kama wendawazimu.

Lakini alipotokea Sikamona yote hayo yalitoweka katika fikra zake. Huyu hakumtongoza wala kumwonyesha chochote, lakini umbo lake, alipojitokeza mbele yake kwa mara ya kwanza, liliuondoa moyo wake pale ulipokuwa na kuuweka panapostahili, mahali penye njaa na kiu. Si kiu ya maji wala njaa ya chakula. Wala haikuwa njaa ya kupendwa ama kiu ya mapenzi, la, ilikuwa kiu ya kuwa karibu na Sikamona daima, kiu ya kuisikia sauti yake mara kwa mara na njaa ya kuuona uso wake tena na tena. Kiu na njaa hiyo vilikuwa vikitoweka kila walipokutana, akajisikia furaha na faraja kubwa ambayo si kwamba vilimfanya ayapende maisha tu, bali pamoja na kuiona thamani yake.

Hivyo, kipindi chote hiki ambacho Sikamona alikuwa vitani, Rusia alikuwa taabani akimfikiria. Mara kwa mara alikuwa akizinduka usingizini huku akitetemeka kwa hofu iliyotokana na ndoto mbaya ambazo zilimtisha juu ya maisha ya Sikamona. Hofu yake kubwa ilikuwa pale alipokumbuka kuwa alikuwa ameshiriki kwa njia moja au nyingine kumshawishi Sikamona kwenda huko. Ni hapo alipoapa kuwa kama Sikamona asingerudi, basi angemsubiri hadi ahera ambako wangeitimiza ahadi yao.

Wakati mwingine alipata ndoto za kuvutia. Alijiona akiwa na Sikamona katika bustani nzuri zenye maua ya kupendeza, wakiwa wameketi na kukumbatiana. Lakini alipoamka na kujikuta kaukumbatia mto badala yake, hofu ilikuwa ikimrudia na machozi kumtoka.

Leo hii, alipopata habari kuwa mashujaa wanarudi, alikuwa wa kwanza kuwahi katika ukumbi ule; muda wote akiangaza macho huku na huku kumtafuta Sikamona. "Vipi basi baada ya kumpata, akiwa salama, awe na vituko visivyoeleweka?" alijiuliza kwa uchungu na mshangao.

Kwa mshangao huo alimtumbulia macho Sikamona, macho ambayo yalimshinda nguvu Sikamona, hata akajikuta ametulia akiyatazama, kinyume cha matakwa yake. Kila kitu kilikuwa wazi katika macho hayo, jambo ambalo lilimfanya Sikamona ajikute amemwangukia Rusia kifuani na kumkumbatia kwa mara nyingine, huku kilio cha kwikwi kikimtoka taratibu.

"Mpenzi," Rusia alikuwa akinong'ona kwa sauti dhaifu "Nilikuahidi zawadi... Zawadi ya ushindi... Ipokee zawadi yako, tafadhali. Nipokee. Tangu leo, mie wako... Ukitaka nimeze, ukitaka nitafune..."

Sikamona hakuyaamini masikio yake. Ni kweli kuwa alimwamini Rusia na kuliamini kila neno lake. Lakini hakuamini kama bado kulikuwa na uwezekano huo. Kwa nini ampe taabu, aibu ya maisha, msichana huyo mpole? Kwa nini aendelee kuwa kichekesho mitaani na simulizi ofisini maisha yake yote?

"Haiwezekani Rusia," aliropoka. "Yaliyopita yamepita. Ilikuwa ndoto nzuri.. tuendelee ... iwe ndoto. Tusiiharibu..." alimaliza akijikwanyua na kuanza kuondoka tena.

"Sika... tafadhali..." Rusia alisema akizidi kumshikilia mkono. "Sika... Sika... mbona sikuelewi?"

Tamati

Printed in the United States
By Bookmasters